ರೇಕಿ ಬದುಕಿನ ಜೊತೆ!

THE COSMOS'S SIGNATURE

ಶ್ರೀ ಸುರೇಶ್ ಶೈವ

ಸಮರ್ಪಣೆ

ಬದುಕಿನ ಉದ್ದಗಲಕ್ಕೂ ಆಶಯ ಮತ್ತು ದಾರಿ ದೀಪವಾದ ಬುದ್ಧ. ನಿಮಗೆ ಅತ್ಯಂತ ಪ್ರೀತಿ ಪೂರ್ವಕ ನಮನಗಳು.

ಪ್ರತಿ ಬದುಕಿನ ಸಮಸ್ಯೆಗಳು ನಮ್ಮ ಅರಿವಿನ ಮೂಲಗಳು. ಅದರ ಭಾವದಲ್ಲಿ ಕಲಿತ ವಿದ್ಯೆ ಪರಿಪೂರ್ಣ.

"ವರ್ಣಮಾತ್ರಂ ಕಲಿಸಿದಾತಂ ಗುರು", ನನ್ನ ಎಲ್ಲ ಗುರುಗಳಿಗೆ ನನ್ನ ನಮನಗಳು.

ಶ್ರೀ ಗುರುಭ್ಯೋ ನಮಃ

ಪರಿವಿಡಿಗಳು

ಪರಿವಿಡಿಗಳು

ಮುನ್ನುಡಿ

ಬದುಕಿನಲ್ಲಿ ಯಾವ ವಿಷಯ, ಯಾವ ವಸ್ತು, ಯಾವ ಸಂದರ್ಭ, ಮನುಷ್ಯನ ಪ್ರತಿ ಕ್ಷಣದ ಬದುಕಿನ ವ್ಯರ್ಥ ಭಾವವು ಅಥವಾ ಅವನ ಸುಂದರ ಜೀವನ ನಡಿಗೆಯು.

ಪ್ರಕೃತಿ ಪ್ರತಿ ವ್ಯಕ್ತಿಗೆ ಒಂದು ಅವಕಾಶ ಮತ್ತೊಂದು ಹೀಗೆ ಕೊಡುತ್ತದೆ. ಅವಕಾಶಗಳನ್ನು ಅರಿಯುವ ಬಗೆಯಲ್ಲಿ ಯಾರು ವಿಫಲರಾಗುತ್ತಾರೋ ಅವರು ಎಂದೂ ವಿಫಲರಾಗುವರು.

ಬದುಕಿನಲ್ಲಿ ಕೇವಲ ಸಂದರ್ಭಗಳು ಅಷ್ಟೇ! ಸಮಸ್ಯೆ ಎಂಬುದಿಲ್ಲ.

ಈ ರೇಕಿ ಬದುಕುವ ರೀತಿ ಕಲಿಸಿಕೊಡುವ ಮಾರ್ಗದರ್ಶಕ. ಇದೊಂದು ವರ

ಪ್ರಸ್ತಾವನೆ

The REIKI PITAMAHAA- The Founder of Reiki

Dr Mikao Usui

ಸ್ವೀಕೃತಿಗಳು

The Great Sage| Great Soul Buddha

My Inspiration and my ever GURU

ಪೀಠಿಕೆ

- ಕ್ರಿ. ಪೂ. 563 ರಲ್ಲಿ ಮಹಾ ಬುದ್ಧನ ಜನನ
- ಕ್ರಿ.ಪೂ. 480 ರಲ್ಲಿ ಮಹಾ ಬುದ್ಧನ ಮರಣ
- ಆಗಸ್ಟ್. 15, 1865 ರಲ್ಲಿ ರೇಖಿ ಪಿತಾಮಹಾ ಶ್ರೀ ಡಾ||ಉಸೂಯಿಯವರ ಜನನ
- 1888 ರಲ್ಲಿ ಕುರುಮ-ಮಾಯ ಬೆಟ್ಟದಲ್ಲಿ ಡಾ||ಉಸೂಯಿಯವರಿಗೆ ಸುತೋರಿ ಅನುಭವ
- 1889 ರಲ್ಲಿ ಶ್ರೀ ಉಸೂಯಿಯವರ ರೇಖಿ ಪದ್ಧತಿಯ ಬೋಧನೆ
- 1902 ರಲ್ಲಿ ಶ್ರೀ ಉಸೂಯಿಯವರ ರೇಖಿ ಚಿಕಿತ್ಸಾ ಕೇಂದ್ರ ಸ್ಥಾಪನೆ
- 1922 ರಲ್ಲಿ ಶ್ರೀ ಉಸೂಯಿಯವರ "ರ‍್ಯೊಹೊ ಗೈಕ್ಕೈ" ಸಂಘ ಸ್ಥಾಪನೆ
- 1924 ರಲ್ಲಿ ಶ್ರೀ ಉಸೂಯಿಯವರ ರೇಖಿ ಪದ್ಧತಿಯ ಸರಳೀಕರಣ
- 1926 ಮಾರ್ಚ್ 9 ರಂದು ಶ್ರೀ ಉಸೂಯಿಯವರ ಮರಣ
- 1879 ರಲ್ಲಿ ಶ್ರೀ ಚುಚಿರೋ ಹಯಾಶಿಯವರ ಜನನ
- 1936 ರಲ್ಲಿ ಶ್ರೀಮತಿ ಹವಾಯೋ ಟಿಕಾಟರವರು ಶ್ರೀ ಚುಚಿರೋ ಹಯಾಶಿಯವರಿಂದ ರೇಖಿ ಕಲಿಕೆ
- ಶ್ರೀಮತಿ ಹವಾಯೋ ಟಿಕಾಟರವರು 22 ಜನ ವಿದ್ಯಾರ್ಥಿಗಳಿಗೆ ರೇಖಿ ಪದ್ಧತಿಯನ್ನು ಭೋಧಿಸಿದರು

౧౨

ಕವಿ ಮಾತು

ಕನ್ನಡಿ ಮುಂದೆ ನಿಂತು ನಿಮ್ಮ ತಪ್ಪುಗಳನ್ನು ಹೃದಯದ ಮೇಲೆ ಕೈಯಿಟ್ಟು ಒಪ್ಪಿಕೊಂಡುಬಿಡಿ. ನಿಮ್ಮನ್ನು ನೀವು ಕ್ಷಮಿಸಿಕೊಳ್ಳಿ, ತಪ್ಪಿತಸ್ಥ ಮನೋಭಾವ ತಳೆಯಬೇಡಿ, ಇತರರು ತಪ್ಪು ಮಾಡಿದರೆ ಅವರನ್ನು ಕ್ಷಮಿಸಿ, ನಿಮ್ಮ ತಲೆಯಲ್ಲಿ ಯಾರಿಗೂ ಕೆಲಸ ಕೊಡಬೇಡಿ Your Mind Is Not Garbage ದ್ವೇಷ, ಅಸೂಯೆ, ಸಿಟ್ಟು, ಯಾವುದೂ ಬೇಡ.

ನಿಮ್ಮ ಸಂಪಾದನೆಯ 10% ನಷ್ಟು ಅರ್ಹರಿಗೆ, ಕಡುಬಡತನದಲ್ಲಿರುವವರಿಗೆ, ಅವಶ್ಯವಿರುವವರಿಗೆ ದಾನ ಮಾಡಿ ಕೊಟ್ಟಿದ್ದನ್ನು ಯಾರಿಗೂ ಹೇಳಬೇಡಿ Law of Karma Theory ಪ್ರಕಾರ ನೀವು ಕೊಟ್ಟಿದ್ದು ನಿಮಗೆ 10 ರಷ್ಟು ಬರಲೇಬೇಕು, ನಾವು ವಿಷದ ಬೀಜ ನೆಟ್ಟರೆ ನೂರಾರು ವಿಷದ ಹಣ್ಣು ಪಡೆಯುತ್ತೇವೆ. ಮಾವಿನ ಬೀಜ ನೆಟ್ಟರೆ ನೂರಾರು ಮಾವು ಬರುತ್ತದೆ.

Sri. Suresh Shaiva

1

ರೇಖಿ ಉಗಮ ಮತ್ತು ಐತಿಹಾಸಿಕ ಹಿನ್ನಲೆ

[ಡಾ|| ಹಯಾಷಿಯವರು ತಿಳಿಸಿದಂತೆ]

ರೇಖಿಯ ಮುಖ್ಯ ಸ್ಥಾನವು ದ. ಭಾರತದಲ್ಲಿ ಬಳಸುತ್ತಿದ್ದ ಒಂದು ಸ್ಪರ್ಶ ಚಿಕಿತ್ಸಾ ಪದ್ದತಿ ಆಗಿತ್ತು. ಈ ಕುರಿತು ಅನೇಕ ವೇದಗಳಲ್ಲಿ ಉಲ್ಲೇಖಿಸಲಾಗಿದೆ.

ಕ್ರಿ.ಪೂ. 500ರಲ್ಲಿ ಶ್ರೀ ಗೌತಮ ಬುದ್ದ ಬಳಲುವವರಿಗೆ ಸ್ಪರ್ಶ ಚಿಕಿತ್ಸೆ ಮುಖೇನ ಗುಣಪಡಿಸುತ್ತಿದ್ದರು. ಈ ಚಿಕಿತ್ಸಾ ಪದ್ದತಿ ಟಿಬೆಟ್‌ನ್ನ ತಲುಪಿತು. ಅಲ್ಲಿಂದ ಈ ಅಸ್ತಿತ್ವದಲ್ಲಿಯೇ ಇಲ್ಲದ ಅಟ್ಲಾಂಟ ಎಂಬ ಖಂಡವನ್ನು ತಲುಪಿತು. ಪ್ರಕೃತಿಯ ವಿಕೋಪದಿಂದ ಈ ಖಂಡ ನಾಶವಾದ ನಂತರ ಈ ಚಿಕಿತ್ಸೆ ಮುಂದಿನ ಜನಾಂಗಕ್ಕೆ ದೊರೆಯದಾಯಿತು.

ಇಲ್ಲಿಂದ ಮುಂದುವರೆದ ಈ ರೀತಿಯ ಸ್ಪರ್ಶ ಚಿಕಿತ್ಸಾ ಪದ್ದತಿಯನ್ನು ಯೇಸುಕ್ರಿಸ್ತರು ಸಂತರು ಸಾಧುಗಳು ಅನುಸರಿಸಿತ್ತಾದಾಗ್ಯ ಕೆಲವಾರು ಕಾರಣಗಳಿಂದ ಈಪದ್ದತಿಯು ಗುಪ್ತವಾಗಿಯೇ ಉಳಿದು ಹೋಯಿತು. ಏನೇ ಆದರೂ ಈ ಶಕ್ತಿಯ ಭಾರತದ ಮೂಲ ಎನ್ನುವುದು ಹರ್ಷವೇ ಸರಿ. 18ನೇ ಶತಮಾನದಲ್ಲಿ ಜಪಾನ್ ದೇಶದಲ್ಲಿ ಕೊಯೊಟೊ ಎಂಬ ಊರಿನಲ್ಲಿ ಡಾ|| ಮಿಕಿಯೋ ಉಸೂಯಿ ಎಂಬುವರಿದ್ದರು ಇವರು ಗೌತಮ ಬುದ್ದನ ಅನುಯಾಯಿಯಾಗಿದ್ದರು. ಇವರು ಕ್ರಿಶ್ಚಿಯನ್ ಸಮುದಾಯದ ಒಂದು ಶಾಲೆಯಲ್ಲಿ ವಿದ್ಯಾರ್ಥಿಗಳಿಗೆ ಕ್ರಿಶ್ಚಿಯನ್ ಧರ್ಮದ ಬಗ್ಗೆ ಭೋದಿಸುತ್ತಿದ್ದರು. ಆದಾಗ ಒಬ್ಬ ವಿದ್ಯಾರ್ಥಿಯು ಬೈಬಲ್‌ನ ಕುರಿತಾಗಿ ಒಂದು ಪ್ರಶ್ನೆಯನ್ನು ಕೇಳಿದ. ಬೈಬಲ್ ನಲ್ಲಿ ಜೀಸಸ್ ರವರು ತಾನು ಸೃಷ್ಟಿಸಿದ ಪವಾಡಗಳನ್ನು ಯಾರು ಬೇಕಾದರು ಮಾಡಬಹುದು ಎಂದಿದ್ದಾರೆ, ನೀವು ಆ ಪವಾಡಗಳನ್ನು ಮಾಡುತ್ತಿರಾ? ಅದನ್ನು ನಂಬುತ್ತೀರಾ? ಅದಕ್ಕೆ ಡಾ|| ಉಸೂಯಿಯವರು ತಮಗೆ ಈ ಬಗ್ಗೆ ತಿಳಿದಿಲ್ಲವೆಂದು ಹೇಳುತ್ತಾರೆ.

ಈ ಒಂದು ಪ್ರಶ್ನೆ ಉಸೂಯಿಯವರನ್ನು ಕಾಡಲು ಆರಂಭಿಸುತ್ತದೆ. ತದ ನಂತರ ಅವರು ತಮ್ಮ ಕೆಲಸಕ್ಕೆ ರಾಜಿನಾಮೆ ನೀಡಿ ಕ್ರಿಶ್ಚಿಯನ್ ಧರ್ಮದ ಆಳ ಅಧ್ಯಯನವನ್ನು

ಮಾಡತೊಡಗುತ್ತಾರೆ. ಆ ಧರ್ಮಕ್ಕೆ ಸಂಬಂಧಿಸಿದ ಪಂಡಿತರೊಡನೆ ಚರ್ಚೆಸುತ್ತಾರೆ, ಮತ್ತೇ ಅವರದೇ ಸ್ವಂತ ಧರ್ಮವಾದ ಬೌದ್ಧ ಧರ್ಮದಲ್ಲಿ ಹೇಳಿರುವ ಬುದ್ಧನ ಮಹಾ ಪವಾಡಗಳನ್ನು ಕುರಿತು ತಿಳಿಯುತ್ತಾರೆ. ಇತರ ಸಂಶೋಧನೆಗಾಗಿ ಚೀನಾ, ಟಿಬೆಟ್, ಭಾರತ ಇಲ್ಲೆಲ್ಲಾ ಬಂದು ಪಂಡಿತರೊಡನೆ ಚರ್ಚೆಸುತ್ತಾರೆ. ತಾಳೆಗರಿಗಳನ್ನು ಪರಿಶೀಲಿಸಿ ಅಧ್ಯಯನ ಮಾಡುತ್ತಾರೆ. ಅದರ ರಹಸ್ಯ ಚಿಹ್ನೆಗಳನ್ನು ಅಧ್ಯಾಯನ ಮಾಡಿದರೂ ಈ ವಿದ್ಯೆಯ ಬಗ್ಗೆ ಅವರಿಗೆ ಸಂಪೂರ್ಣ ಮಾಹಿತಿ ಸಿಗಲೇ ಇಲ್ಲ.

ಹಾಗೆ ಹಲವಾರು ವರ್ಷಗಳನ್ನು ಇದೇ ರೀತಿ ಕಳೆದು ನಿರಾಶರಾಗುತ್ತಾರೆ, ಒಮ್ಮೆ ಅವರಿಗೆ ಜೆನ್‌ನ ಸಂತರು ಪರಿಚಯವಾಗುತ್ತಾರೆ, ಆಗ ಡಾ|| ಉಸೂಯಿಯವರು ಈ ಕುರಿತು ಚರ್ಚೆಸಿದಾಗ ಜೈನ್ ಸಂತರು ಈ ಆಧ್ಯಾತ್ಮಿಕ ಸಿದ್ಧಿ ನೀವು ಹಂಬಲಿಸುವುದಾದರೆ 21 ದಿನಗಳ ನಿರಂತರ ಧ್ಯಾನ ಮಾಡಬೇಕು, ನೀವು ಪ್ರಯತ್ನಿಸಿ ನೋಡಿ ಎಂದು ಹೇಳುತ್ತಾರೆ. ಡಾ|| ಉಸೂಯಿಯವರು ಈಗಾಗಲೇ ವ್ಯಯಿಸಿದ ವರ್ಷಗಳ ಜೊತೆಗೆ ಇದು ಒಂದು ನಡೆದೇ ಹೋಗಲಿ ಎಂಬ ಭಾವದಿಂದ ದೃಢ ನಿರ್ಧಾರದೊಂದಿಗೆ ಕುರುಮ-ಮಾಯ (ಕುರಿಮಾಯಿ) ಎಂಬ ಬೆಟ್ಟದಲ್ಲಿ ಧ್ಯಾನಿಸಲು ಹೊರಡುತ್ತಾರೆ. ಆ ಪವಿತ್ರ ಬೆಟ್ಟದಲ್ಲಿ 21 ಸಣ್ಣ ಕಲ್ಲುಗಳನ್ನು ಇಟ್ಟುಕೊಂಡು ಧ್ಯಾನಿಸಲು ಆರಂಭಿಸುತ್ತಾರೆ. ಏಸುಕ್ರಿಸ್ತರು, ಮಹಾಬುದ್ಧರು, ಮಹಾಸಂತರು, ಮಾಡಿದ ಆ ಚಿಕಿತ್ಸೆ ತಮಗೂ ಫಲಿಸಬೇಕೆಂದು ಧ್ಯಾನ ಮಗ್ನರಾಗುತ್ತಾರೆ. ದಿನವೊಂದರಂತೆ ಒಂದೊಂದು ಕಲ್ಲು ಎಸೆಯುತ್ತಾ 20 ದಿನ ಕಳೆಯುತ್ತಾರೆ ಅಷ್ಟು ದಿನ ಕಳೆದರೂ ಸಹ ಅವರಿಗೆ ಯಾವುದೇ ಅನುಭೂತಿಯಾಗಲೇ ಪರಿಣಾಮವಾಗಲಿ ಕಾಣಿಸುವುದಿಲ್ಲ. ಇದರಿಂದ ಬೇಸರಗೊಂಡ ಡಾ||ಉಸೂಯಿಯವರು ಅಲ್ಲಿಂದ ಹೊರಟು ಹೋಗಲು ತೀರ್ಮಾನಿಸುತ್ತಾರೆ.

ಅವರು ಹೊರಟು ಹೋಗುವ ಸಂದರ್ಭದಲ್ಲಿ ಆಕಾಶದಿಂದ ಒಂದು ನಕ್ಷತ್ರವು ಹೊಳೆಯುತ್ತಾ ಬರು ಬರುತ್ತಾ ಪ್ರಕಾಶಮಾನವಾಗಿ ಇವರ ಬಳಿಗೆ ಬರುತ್ತದೆ. ಇದನ್ನು ನೋಡಿದ ಉಸೂಯಿಯವರು ಓಡಲು ಆರಂಭಿಸುತ್ತಾರೆ ಮತ್ತೆ ಯೋಚಿಸಿ ಬಹುಷಃ ನಾನು ಧ್ಯಾನಿಸಿದ ಪ್ರತಿಫಲವೇ ಇದಿರಬಹುದೆಂದು ಆಂದುಕೊಂಡು ಏನಾದರು ಆಗಲಿ ಎಂದು ನಿಶ್ಚಯಿಸಿ ಅಲ್ಲೇ ನಿಲ್ಲುತ್ತಾರೆ.

ಆ ಬೆಳಕು ಇವರ ಸಹಸ್ರಾರ ಚಕ್ರದಿಂದ ಪ್ರವೇಶಿಸಿಬಿಡುತ್ತದೆ. ಆಗ ಡಾ||ಉಸೂಯಿಯವರು ಕೆಲಕಾಲ ಸಮಾಧಿಸ್ಥಿತಿಯನ್ನು ಅನುಭವಿಸುತ್ತಾರೆ. ಆ ಬೆಳಕು ಒಂದು ವೃತ್ತಾಕಾರದಲ್ಲಿ ಗೋಲದ ರೀತಿಯಲ್ಲಿ ಕಾಣಿಸುತ್ತಾ, ವಿವಿಧ ರೀತಿಯ ಅನುಭೂತಿಯನ್ನು ಅನುಭವಿಸುತ್ತಾರೆ ಅವರಿಗೆ ವಿಶೇಷ ಸಂಕೇತಗಳು ಸಹ ಕಾಣ ಸಲು ಪ್ರಾರಂಭವಾಗುತ್ತದೆ.

ಈ ಬೆಳಕಿನ ಶಕ್ತಿಯ ಜೊತೆ ಸಂಭಾಷಣೆ ನಡೆಸಿ ಅದರ ಉಪಯೋಗಗಳನ್ನು ಮನದಟ್ಟು ಮಾಡಿಕೊಳ್ಳುತ್ತಾರೆ. ಆ ಬೆಳಕು ಈ ವಿದ್ಯೆಯನ್ನು ಮುಂದಿನ ಪೀಳಿಗೆಗೆ ಸಹ ತಲುಪಿಸಬೇಕೆಂದು ತಿಳಿಸುತ್ತದೆ. ಇದೇ ಸಂತಸವನ್ನು ಅವರು ಜೆನ್ ಸಂತರಿಗೆ ತಿಳಿಸಬೇಕೆಂದು ಬೆಟ್ಟದಿಂದ ಇಳಿದು ಬರುವಾಗ ಕಲ್ಲು ತಾಗಿ ಕಾಲಿಗೆ ಪೆಟ್ಟಾಗುತ್ತದೆ ತಕ್ಷಣ

ಉಸೂಯಿಯವರು ಪೆಟ್ಟಾದ ಜಾಗಕ್ಕೆ ಕೈ ಇಡುತ್ತಾರೆ. ಆ ಕ್ಷಣದಲ್ಲೇ ಸುರಿಯುತ್ತಿದ್ದ ರಕ್ತ ನಿಂತುಹೋಗಿ, ನೋವು ಕಡಿಮೆಯಾಗಿಬಿಡುತ್ತದೆ. ಇದು ಉಸೂಯಿಯವ ಕಂಡಂತಹ "ಮೊದಲನೆ ಪವಾಡ".

ಬೆಟ್ಟದಿಂದ ಇಳಿದು ಬಂದ ನಂತರ ಹೋಟೆಲ್ ಒಂದರಲ್ಲಿ ಊಟಕ್ಕಾಗಿ ಕೇಳುತ್ತಾರೆ. ಆದರೆ ಹೋಟೆಲ್ ಮಾಲಿಕ ಇವರು 21ದಿನಗಳಿಂದ ಆಹಾರ, ನೀರು ಸೇವನೆಯಿಲ್ಲದ ಕಾರಣ ಊಟ ನೀಡಿದರೆ ತೊಂದರೆಯಾಗಬಹುದು ಎಂದುಕೊಳ್ಳುತ್ತ ಸ್ವಲ್ಪ ಕಾಲ ಸುಧಾರಿಸಿಕೊಳ್ಳಲು ಹೇಳುತ್ತಾರೆ. ಆದರೆ ಡಾ|| ಉಸೂಯಿಯಯವರು ತಮಗೆ ಏನೂ ಆಗುವುದಿಲ್ಲವೆಂದು ಊಟ ಮಾಡುತ್ತಾರೆ. ಅವರಿಗೆ ಯಾವುದೇ ವ್ಯತ್ಯಾಸ ಆರೋಗ್ಯದಲ್ಲಿ ಆಗುವುದಿಲ್ಲ. ಇದು ಇವರು ಕಂಡ "ಎರಡನೇ ಪವಾಡ".

ಹೋಟೇಲ್ ಮಾಲೀಕನ ಚಿಕ್ಕ ಮಗಳು ಹಲ್ಲು ನೋವಿನಿಂದ ಅಳುತ್ತಿರುತ್ತದೆ. ಡಾ|| ಉಸೂಯಿ ಅವರು ಆ ಮಗುವಿನ ಕೆನ್ನೆಯ ಮೇಲೆ ಕೈ ಇಡುತ್ತಾರೆ. ಒಂದು ಕ್ಷಣದಲ್ಲಿ ಆ ಮಗುವಿನ ನೋವು ಹೊರಟು ಹೋಗಿ ಕೆನ್ನೆಯ ಊತ ಕಡಿಮೆಯಾಗಿಬಿಡುತ್ತದೆ. ಇದು ಇವರು ಕಂಡಂತಹ "ಮೂರನೇ ಪವಾಡ"

ಹೀಗೆ ಅನೇಕ ಪವಾಡಗಳಿಂದ ತಮ್ಮಲ್ಲಿದ್ದ ವಿದ್ಯೆಯ ಬಗ್ಗೆ ಹೆಚ್ಚು ಸಮರ್ಥನೆ ಮತ್ತು ವಿಶ್ವಾಸ ವೃದ್ಧಿಯಾಗುತ್ತದೆ. ತಮ್ಮ ಕೈಗಳಿಂದ ಹರಿಯುವ ಈ ದಿವ್ಯಶಕ್ತಿ ಅನುಭವಿಸುತ್ತಾ ಮುಂದುವರೆದು ಭಿಕ್ಷುಕರ ಕಾಲೋನಿಗೆ ಹೋಗಿ ಭಿಕ್ಷುಕರ ಖಾಯಿಲೆಗಳನ್ನು ಗುಣಪಡಿಸಿ, ಇನ್ನು ಮುಂದೆ ಭಕ್ತಬೇಡದೆ ದುಡಿಯಬೇಕೆಂದು ತಿಳಿಸುತ್ತಾರೆ. ಒಂದು ದಿನ ವಾಯು ವಿಹಾರಕ್ಕೆಂದು ಡಾ|| ಉಸೂಯಿಯವರು ಅವರ ಬಳಿಗೆ ಅದೇ ಭಿಕ್ಷುಕರು ಭಿಕ್ಷೆ ಬೇಡುತ್ತಿದ್ದನ್ನು ಗಮನಿಸಿದ ಉಸೂಯಿಯವರು ಅವರ ಬಳಿಗೆ ಬಂದು ನೀವು ಪುನಃ ಏಕೆ ಭಿಕ್ಷೆ ಬೇಡುತ್ತಿದ್ದೀರಿ? ಎಂದು ಕೇಳುತ್ತಾರೆ. ಅದಕ್ಕೆ ಭಿಕ್ಷುಕರು, ನೀವು ನಮ್ಮನ್ನು ಗುಣಪಡಿಸಿದ ನಂತರ ಕೆಲಸಕ್ಕೆ ಹೋಗುತ್ತಿದ್ದೆವು, ಆದರೆ ಆ ಕಷ್ಟದ ಕೆಲಸಕ್ಕಿಂತ ಭಿಕ್ಷೆ ಬೇಡುವುದೇ ಸುಲಭದ ಕೆಲಸ ಎಂದು ಮತ್ತೆ ರೋಗಿಗಳಂತೆ ನಟಿಸುತ್ತಾ ನಾಟಕವಾಡಿ ಭಿಕ್ಷೆ ಬೇಡುತ್ತಿದ್ದೇವೆ ಎನ್ನುತ್ತಾರೆ. ಇದರಿಂದ ಡಾ|| ಉಸೂಯಿಯವರಿಗೆ ದೊಡ್ಡ ಆಘಾತವೇ ಆಗುತ್ತದೆ ಮತ್ತೆ ತಮ್ಮ ಮನೆಗೆ ಬಂದು ಧ್ಯಾನ ಮಗ್ನರಾದಾಗ ತಾವು ಅವಲೋಕಿಸಿ ಕೊಳ್ಳುತ್ತಾರೆ, ಆಗ ಉಸೂಯಿಯವರಿಗೆ ಒಂದು ಸತ್ಯ ಹೊಳೆಯುತ್ತದೆ. ಅದೇ ತಾವು ಭಿಕ್ಷುಕರಿಗೆ ಚಿಕಿತ್ಸೆ ನೀಡಿದಾಗ್ಯೂ, ಶಕ್ತಿ ನೀಡಿದ ಪ್ರತಿಫಲವಾಗಿ ಯಾವುದೇ ಪ್ರತಿಫಲ ಅಪೇಕ್ಷೆ ಮಾಡಲಿಲ್ಲವಾಗ್ಯೂ ಮನಗಾಣುತ್ತಾರೆ. ಆ ಚಿಕಿತ್ಸೆಗೆ ಭಿಕ್ಷುಕರು ಯಾವ ಬೆಲೆಯನ್ನು ಕೊಡಲಿಲ್ಲ. ಇಷ್ಟು ದಿನ ಉಸೂಯಿಯವರು ಉಚಿತವಾಗಿ ಶಕ್ತಿ ನೀಡುವುದರ ಮೂಲಕ ಕೃತಾರ್ಥರಾದರೆ, ಭಿಕ್ಷುಕರು ಯಾವುದೇ ಬೆಲೆ ನೀಡದೆ ಮತ್ತೆ ಭಿಕ್ಷೆ ಬೇಡುವುದನ್ನು ಮುಂದುವರಿಸುತ್ತಾರೆ. ಈ ಘಟನೆಯು ಡಾ|| ಉಸೂಯಿಯವರಿಗೆ ಒಂದು ಪಾಠ ಕಲಿತಂತಾಗುತ್ತದೆ. ಅಂದಿನಿಂದ ಈ ರೇಖಿ ಶಕ್ತಿಯನ್ನು ಯಾರಿಗೂ ಸಹ ಉಚಿತವಾಗಿ ನೀಡಬಾರದೆಂದು, ನೀಡಿದ ಶಕ್ತಿಗೆ ಪ್ರತಿಫಲವಾಗಿ ಯಾವುದೇ ಶಕ್ತಿರೂಪವನ್ನು ಮರಳಿ ಪಡೆಯಬೇಕೆಂದು ನಿಯಮವನ್ನು ತರುತ್ತಾರೆ.

ಹೀಗಾಗಿ ರೇಖಿ ಮಾಸ್ಟರ್‌ಗಳು, ರೇಖೀ ಗುರುಗಳು ಇಂದಿನ ಶಕ್ತಿರೂಪವಾದ ಹಣವನ್ನು ಪಡೆದು ರೇಖಿ ಶಕ್ತಿ ಯನ್ನು ನೀಡುತ್ತಾರೆ. ಯಾವುದೇ ಒಂದು ವಿದ್ಯೆಯನ್ನು ಉಚಿತವಾಗಿ ಕಲಿತಾಗ ಯಾರು ಸಹ ಅದನ್ನು ಗೌರವಿಸುವುದಿಲ್ಲ. ಹೀಗಾಗಿ ರೇಖಿ ತರಗತಿಗಳಿಗೂ ಸಹ ಶಕ್ತಿರೂಪವನ್ನು ಮರಳಿ ಕೊಡಬೇಕಾಗುತ್ತದೆ. ರೇಖಿಗುರುಗಳು ದೀಕ್ಷೆ ನೀಡುವುದರ ಮುಖೀನ. ಶಿಷ್ಯನನ್ನು ರೇಖಿ ಚಾನಲ್ ಮಾಡಿ ಕೃತಾರ್ಥರಾಗುತ್ತಾರೆ, ಆದರೆ ಶಿಷ್ಯರು ಯಾವುದೇ ಶಕ್ತಿರೂಪವನ್ನು ಹಿಂತಿರುಗಿ ನೀಡುವ ಮೂಲಕ ಋಣವನ್ನು ತೀರಿಸಿಕೊಳ್ಳಬೇಕು. ಇದನ್ನೆ "ಶಕ್ತಿ ವಿನಿಮಯ" ಎಂದು ಸಹ ಕರೆಯಲಾಗುತ್ತದೆ.

2

ರೇಖಿ ಎಂದರೇನು?

"ಯಾ ದೇವಿ ಸರ್ವಭೂತೇಷು ಮಾತೃ ರೂಪೇಣಾ ಸಂಸ್ಥಿತ". ಎಂದು ಹೇಳುವಂತೆ ಈ ಇಡೀ ಭೂಮಿಯ ಸಕಲ ಚರಾಚರ ವಸ್ತುಗಳಲ್ಲಿ ಒಂದು ಶಕ್ತಿಯಿದೆ, ಇದನ್ನು ವಿಜ್ಞಾನವು ಸಹ ಒಪ್ಪುತ್ತದೆ.

Every particle is made up by an atom, each atom will be energized by proton and neutron, with this proton & neutron you will be found electron.

ಅಂದರೆ ಪ್ರತೀ ಕಣ ಕಣದಲ್ಲಿಯೂ ಶಕ್ತಿಯಿದೆ ಎಂದರ್ಥ.

ಈ ರೇಖಿ ಶಕ್ತಿಯನ್ನು ನಾವು Cosmic energy, healing energy, ಪ್ರಾಣಶಕ್ತಿ ದಿವ್ಯಶಕ್ತಿ ಎಂದೆಲ್ಲಾ ಕರೆಯಬಹುದು, ಇಡೀ ಜಗತ್ತನ್ನೆ ನಿಯಂತ್ರಿಸುವ ಅದ್ಭುತವಾದ ಶಕ್ತಿ ಇದಾಗಿದೆ.

ರೇಖಿಯು ಒಂದು ಜಪಾನ್ ದೇಶದ ವಿದ್ಯೆಯಾಗಿದ್ದರೂ ಮೂಲ ಭಾರತ ಎಂಬುದು ಒಂದು ಕಡೆ ಸಂತೋಷವೆನಿಸುತ್ತದೆ. ಈ ರೇಖಿ (REIKI) ಯು ಎರಡು ಶಬ್ದಗಳಿಂದ ಕೂಡಿದೆ.

REI - UNIVERSE - ವಿಶ್ವ - ಜಗತ್ತಿನ

KI - ENERGY - ಶಕ್ತಿ - ಶಕ್ತಿ

ಈ ಒಂದು ಶಕ್ತಿಯು ನಮ್ಮ ಹುಟ್ಟಿನಿಂದಲೇ ಸಹ ಹರಿಯುತ್ತಿರುತ್ತದೆ. ಕಾರಣಾಂತರಗಳಿಂದ ಈ ಶಕ್ತಿ ಹರಿಯುವಿಕೆಗೆ ತಡೆಗಳುಂಟಾಗಿ ದೈಹಿಕವಾಗಿ ಮತ್ತು ಮಾನಸಿಕವಾಗಿ ಸಮಸ್ಯೆ ಉದ್ಭವಿಸುತ್ತದೆ. ರೇಖಿ ದೀಕ್ಷೆ ನೀಡುವಾಗ ರೇಖಿ ಗುರುಗಳು ವ್ಯಕ್ತಿಯ ಶಕ್ತಿವಲಯವನ್ನು ಶುದ್ದೀಕರಣಗೊಳಿಸಿ, ಮತ್ತೆ ಈ ಶಕ್ತಿ ಹರಿಯುವಂತೆ ಮಾಡುತ್ತಾರೆ, ತದ ನಂತರ ವ್ಯಕ್ತಿಯು ರೇಖಿ ಚಾನಲ್ ಎಂದೆನಿಸಿಕೊಳ್ಳುತ್ತಾನೆ, ಒಂದು ಸಲ ರೇಖಿ ಚಾನಲ್ ಆದ ನಂತರ, ವ್ಯಕ್ತಿಯು ತನ್ನ ವೈಯಕ್ತಿಕ ಅಥವಾ ಇತರರ ಸಮಸ್ಯೆಯನ್ನು ಗುಣಪಡಿಸಲು ಸಮರ್ಥನಾಗುತ್ತಾನೆ. ರೇಖಿ ಸಾಧನೆ ಮಾಡುವ ವ್ಯಕ್ತಿಯಲ್ಲಿ ಆನೇಕ ಬದಲಾವಣೆಗಳು

ಉಂಟಾಗುತ್ತದೆ. ಅವನ ಆರೋಗ್ಯ, ಮಾನಸಿಕ ಸ್ಥಿತಿ, ಆರ್ಥಿಕ ಸ್ಥಿತಿ, ಸಂಬಂಧಗಳ ಸುಧಾರಣೆ ಎಲ್ಲದರಲ್ಲೂ ಸಮತೋಲನ ಬರುತ್ತದೆ, ಆ ವ್ಯಕ್ತಿಗೆ ಅಂಟಿಕೊಂಡಿರುವ ಎಲ್ಲಾ ದುರಭ್ಯಾಸಗಳು ತಾವೇ ದೂರಾಗುತ್ತವೆ.

3

ರೇಖಿ ಮೂಲಭೂತವಾದ ಐದು ತತ್ವಗಳು

ಪ್ರತೀ ರೇಖಿ ಚಾನಲ್ ಸಹ ತನ್ನ ಜೀವನದಲ್ಲಿ ಪಾಲಿಸಬೇಕಾದ ಮತ್ತು ಅಳವಡಿಸಿಕೊಳ್ಳಬೇಕಾದ ಹಾಗೂ ಇನ್ನಿತರರಿಗೂ ಅಳವಡಿಸಿಕೊಳ್ಳಲು ತಿಳಿಸಬಹುದಾದ ಮಹಾ ನಿಯಮಗಳು-

- ನಾನು ಈ ದಿನದ ಮಟ್ಟಿಗೆ ಕೋಪಿಸಿಕೊಳ್ಳುವುದಿಲ್ಲ.
- ನಾನು ಈ ದಿನದ ಮಟ್ಟಿಗೆ ಚಿಂತಿಸುವುದಿಲ್ಲ.
- ನಾನು ಈ ದಿನದ ಮಟ್ಟಿಗೆ ನನ್ನ ಕರ್ತವ್ಯವನ್ನು ಪ್ರಾಮಾಣಿಕತೆಯಿಂದ ಮಾಡುತ್ತೇನೆ.
- ನಾನು ಈ ದಿನದ ಮಟ್ಟಿಗೆ ನನ್ನ ನೆರೆಹೊರೆಯವರೊಂದಿಗೆ, ಸಕಲ ಜೀವಚರಗಳೊಂದಿಗೆ ದಯೆಯಿಂದ ಇರುತ್ತೇನೆ.
- ನಾನು ಈ ದಿನದ ಮಟ್ಟಿಗೆ ನನಗೆ ದೊರೆತನುಗ್ರಹಕ್ಕೆ ಕೃತಜ್ಞತೆಗಳನ್ನು ಸಲ್ಲಿಸುತ್ತೇನೆ.

4

ದೀಕ್ಷೆ ಎಂದರೇನು ?

ದೀಕ್ಷೆ ಎಂದರೇನು ?

ದೀಕ್ಷೆಯನ್ನು 'ಬದ್ಧತೆ' ಎಂದು ಸಹ ಹೇಳಬಹುದು, ಇದೊಂದು ವಿದ್ಯಾರ್ಥಿಯ ಶಕ್ತಿ ವಲಯವನ್ನು ಶೋಧೀಕರಿಸುವ, ವಿಶ್ವಶಕ್ತಿಯ ಜೊತೆಗೆ ವಿದ್ಯಾರ್ಥಿಯನ್ನು ಕ್ರೋಡಿಕರಿಸಿ ವಿದ್ಯಾರ್ಥಿಯ ಕೈಗಳಲ್ಲಿ ಶಕ್ತಿ ಹರಿಯುವಂತೆ, ಅನುವು ಮಾಡಿಕೊಡುವ ಒಂದು ಪದ್ಧತಿ ರೇಖಿ ದೀಕ್ಷೆಯಾಗುವ ಮೊದಲು ವಿದ್ಯಾರ್ಥಿಯು ಯಾವುದೇ ಚಿಹ್ನೆಗಳನ್ನು ಬಳಸಿದರೂ ಅವು ಕೆಲಸ ಮಾಡುವುದಿಲ್ಲ. ರೇಖಿ ದೀಕ್ಷೆಯ ನಂತರ ರೇಖಿ ಕಲಿತ ನಂತರ ವಿದ್ಯಾರ್ಥಿಯು ಒಬ್ಬ ರೇಖಿ ಚಾನಲ್ ಎನಿಸಿಕೊಳ್ಳುತ್ತಾನೆ. ರೇಖಿ ಶಕ್ತಿಯು ಅಭ್ಯಾಸಿಗರ ಶಕ್ತಿ ಕೇಂದ್ರಗಳು (ಚಕ್ರಗಳು) ಮತ್ತು ಹಸ್ತಗಳ ಮುಖೇನ ಹರಿಯುತ್ತದೆ.

ರೇಖಿ ಹರಿವಿನ ತೀವ್ರತೆಗೆ ಅನುಗುಣವಾಗಿ ರೇಖಿಯಲ್ಲಿ ವಿಧದ ಪದವಿಗಳಿವೆ.

ರೇಖಿ - 1

ರೇಖಿ - 2

ರೇಖಿ - 3 (3ಎ)

ರೇಖಿ - 4 (3ಬಿ) ಭೋದಕ ತರಬೇತಿ.

ರೇಖಿ – 1

ಇಲ್ಲಿ ರೇಖಿ ಚಿಕಿತ್ಸೆ ಸ್ವತಃ ಪಡೆಯಲು / ನೀಡಲು ವಿವಿಧ ಹಸ್ತ ಸ್ಥಿತಿಗಳನ್ನು ಹೇಳಿಕೊಡಲಾಗುತ್ತದೆ ಈ ಹಂತದಲ್ಲಿ 24 ಕೇಂದ್ರಗಳಿಗೆ ಮುಟ್ಟಿ ಸ್ವತಃ ಚಿಕಿತ್ಸೆ ಪಡೆಯಬೇಕಾಗುತ್ತವೆ / ಮಾಡಬೇಕಾಗುತ್ತದೆ.

ರೇಖಿ - 2

ರೇಖಿ -1 ರ ಜೊತೆಗೆ 3 ಜಪಾನಿ ಕಾಂಜಿಯ ರಹಸ್ಯ ಚಿಹ್ನೆಗಳನ್ನು ಕಲಿಸಲಾಗುವುದು. ವಿದ್ಯಾರ್ಥಿಯು ಇದನ್ನು ಮತ್ತೆ ಯಾರ ಜೊತೆಗೂ, ಚಿಹ್ನೆ ಕುರಿತು ಚರ್ಚೆಸಬಾರದು ಮತ್ತು ಪ್ರಸ್ತಾಪಿಸುವುದಾಗಲಿ ಸಹ ಮಾಡಬಾರದು ಈ ಹಂತದಲ್ಲಿ ವಿದ್ಯಾರ್ಥಿಗೆ ಅತೀಂದ್ರಿಯ ಶಕ್ತಿ ಲಭ್ಯವಾಗುತ್ತದೆ. ಪ್ರಥಮ ದೀಕ್ಷೆಗಿಂತ ನಾಲ್ಕೈದು ಪಟ್ಟು ಹೆಚ್ಚು ಪರಿಣಾಮಕಾರಿಯಾಗಿರುತ್ತದೆ. ಖಾಯಿಲೆಗಳನ್ನು ಬಹುಬೇಗ ಗುಣಪಡಿಸುವ ಶಕ್ತಿ ಬರುತ್ತದೆ.

ರೇಖಿ -3 (3ಎ)

ಇದು ರೇಖಿ -1-2, ಕ್ಕಿಂತ ಪರಿಣಾಮಕಾರಿಯಾಗಿ ಕೆಲಸ ಮಾಡತ್ತದೆ ಇಲ್ಲಿ ಬಹಳ ಶಕ್ತಿಯುತವಾದ 4ನೇ ರಹಸ್ಯ ಚಿಹ್ನೆಯನ್ನು ತಿಳಿಸಲಾಗುತ್ತದೆ ಬಹುದಿನದ ಖಾಯಿಲೆಗಳು ಗುಣಪಡಿಸಲು ಇದು ಸಹಾಯ ಮಾಡುತ್ತದೆ ಇಲ್ಲಿ ಜೀವನದ ಗುರಿ ತಲುಪುವ ಹಂತವನ್ನು ತಿಳಿಸಲಾಗುತ್ತದೆ ಇದರ ಜೊತೆಗೆ ವ್ಯಕ್ತಿಯ ಹಿಂದಿನ ಜನ್ಮಗಳ ಕರ್ಮಗಳನ್ನು ನಿವಾರಿಸುವ ತಂತ್ರಗಳನ್ನು ಹೇಳಿಕೊಡಲಾಗುತ್ತದೆ.

ರೇಖಿ -4 (3ಬಿ)

ಈ ಹಂತದಲ್ಲಿ ವಿದ್ಯಾರ್ಥಿಗಳಿಗೆ ಮಹತ್ತರ ದೀಕ್ಷೆ ಕೊಟ್ಟು ಇತರ ವಿದ್ಯಾರ್ಥಿಗಳಿಗೆ ಭೋದಿಸುವ ವಿಧಾನವನ್ನು ಹೇಳಿಕೊಡಲಾಗುತ್ತದೆ. ಇಲ್ಲಿ ಹೀಲಿಂಗ್ ದೀಕ್ಷಾ ತಂತ್ರವನ್ನು ಸಹ ಹೇಳಿಕೊಡಲಾಗುತ್ತದೆ. ಕೆಲವು ರೇಖಿ ಗುರುಗಳು ಇದು 3ಬಿ ಎಂದು ಸಹ ಕರೆಯುತ್ತಾರೆ. ಕೆಲವು ರೇಖಿ ಗುರುಗಳು ರೇಖಿ ದೀಕ್ಷೆಯ ನಂತರ 21 ದಿನಗಳ ಅವಧಿ ನೀಡಿ ನಂತರ 2ನೇ ದೀಕ್ಷೆ ಕೊಡುತ್ತಾರೆ ಆದರೆ ಅಂದಿನಿಂದ ಇಂದಿನ ವರೆಗೆ ಭೂಮಿಯ ಶಕ್ತಿ ಏರಿ ಮನುಷ್ಯನ ಶಕ್ತಿ ಪ್ರಮಾನ ಹೆಚ್ಚಿರುವುದರಿಂದ ಕೆಲವು ಗುರುಗಳು ರೇಖಿ 1 ಮತ್ತು 2 ನ್ನು ಸಹ ಒಟ್ಟುಗೂಡಿಸಿ ಹೇಳಿಕೊಡುತ್ತಾರೆ ರೇಖಿಯ ದೈವಿ ಶಕ್ತಿಯಾದ್ದರಿಂದ ವಿದ್ಯಾರ್ಥಿಯು ಮನಸ್ಸು ಸಬಲ ಮಾಡಿದರೆ, 2 ದೀಕ್ಷೆಗಳನ್ನು ಒಟ್ಟಿಗೆ ಕಲಿಯಬಹುದು ಏನೇ ಆದರೂ 3ನೇ ದೀಕ್ಷೆಗೆ 21 ದಿನಗಳ ಗಡುವು ಬೇಕೆ ಬೇಕು.

5
ನೆನಪಿಡುವ ಅಂಶಗಳು

ಕೆಲವು ಅಂಶಗಳು

ಧೂಮಪಾನ ಮದ್ಯಪಾನ ಮಾಂಸಾಹಾರ ಬಿಡುವ ಅಗತ್ಯವಿಲ್ಲ ಆದರೂ ಸಹ ಇವುಗಳನ್ನು ಬಿಡುವುದು ಒಳ್ಳೆಯದು ಏಕೆಂದರೆ "ನನ್ನ ಹೊಟ್ಟೆ ಸತ್ತ ಪ್ರಾಣಿಗಳನ್ನು ಹೂಳುವ ಸ್ಮಶಾನವಲ್ಲ" ಎನ್ನುತ್ತಾರೆ. ಆದಾಗ್ಯೂ ರೇಖಿಯನ್ನು ಪ್ರತಿದಿನ ಅಭ್ಯಾಸಿಸುತ್ತಾ ಹೋದಂತೆ ನಿಮಗಿರುವ ಕೆಟ್ಟ ಅಭ್ಯಾಸಗಳು ತಾವಾಗಿಯೇ ಬಿಟ್ಟು ಹೋಗುತ್ತವೆ. ಗುರುಗಳಿಂದ ದೀಕ್ಷೆಯಾದ ನಂತರ ಆವಿದ್ಯಾರ್ಥಿಯ ಜೀವನಸಪರ್ಯಂತ ರೇಖಿ ಚಾನೆಲ್ ಆಗಿರುತ್ತದೆ. ಕೆಲವು ಕಾರಣಗಳಿಂದ ರೇಖಿ ಅಭ್ಯಾಸ ಮುಂದುವರಿಸಲಾಗದಿದ್ದಲ್ಲಿ, ಜೀವನದ ಯಾವುದೇ ಅವದಿಯಲ್ಲಿ ಆತ ಮತ್ತೆ ಈ ಶಕ್ತಿ ಚಿಕಿತ್ಸೆಯನ್ನು ಮುಂದುವರಿಸಬಹುದು. ಮತ್ತೆ ಇತರರಿಗೂ ಚಿಕಿತ್ಸೆ ಮಾಡಬಹುದು.

ಇತರರಿಗೆ ಚಿಕಿತ್ಸೆ / ಹೀಲಿಂಗ್ ಮಾಡುವಾಗ /ಸಾಧನೆ ಮಾಡುವಾಗ ಅನುಸರಿಸಬೇಕಾದ ಸೂಚನೆಗಳು

1. ಹೀಲಿಂಗ್ ಮಾಡುವ ಮೊದಲು ಮತ್ತು ಆದ ನಂತರ ಕೈಗಳನ್ನು ತೊಳೆದುಕೊಳ್ಳಿ.
2. ಹೀಲಿಂಗ್ ಬೇಕಾದ ವ್ಯಕ್ತಿಯ ಜೊತೆಗೆ ಮಾತನಾಡಿ ಅವರ ಅವಶ್ಯಕತೆ ತಿಳಿದುಕೊಳ್ಳಿ.
3. ಹೀಲಿಂಗ್ ಮಾಡುವ ರೀತಿ ಅವರಿಗೆ ತಿಳಿ ಹೇಳಿ.
4. ಹೀಲಿಂಗ್ ಪಡೆಯುತ್ತಿರುವವರು ಕಣ್ಣು ಮುಚ್ಚಿದಲ್ಲಿ ಒಳ್ಳೆಯದು ಅವರ ಆತ್ಮ ದೊಂದಿಗೆ ಮಾನಸಿಕವಾಗಿ ಮಾತಾಡಿ ರೇಖಿ ಶಕ್ತಿ ಪಡೆದು ಅಭಿವೃದ್ಧಿಯಾಗುವಂತೆ ತಿಳಿಸಿ.
5. ಬೇಕಾದರೆ ಸಂಗೀತವನ್ನು ಕೇಳಿಸಿ.

6. ಪ್ರಾರ್ಥನೆ ಮೂಲಕ ಹೀಲಿಂಗ್ ಆರಂಭಿಸಿ ರಹಸ್ಯ ಚಿಹ್ನೆಗಳನ್ನ ಉಪಯೋಗಿಸಿ ಮುಗಿದ ನಂತರ ರೇಖಿಗೆ ಧನ್ಯವಾದಗಳನ್ನು ತಿಳಿಸಿ.

7. ರೇಖಿ ಪಡೆಯುವವರು ನಿದ್ದೆ ಮಾಡುವ ಸಾಧ್ಯತೆ ಇದೆ ಅವರನ್ನ ನಿದ್ದೆ ಮಾಡಲು ಬಿಡಿ ಹೊರಡುವ ಸಮಯದಲ್ಲಿ ಮೆಲ್ಲನೆ ಎಬ್ಬರಿಸಿ

8. ಹೀಲಿಂಗ್‌ನ ಮೊದಲು ಮತ್ತು ನಂತರ ನೀರನ್ನು ನೀವು ಕುಡಿಯಿರಿ ರೋಗಿಗೂ ಕೊಡಿ.

9. ರೇಖಿ ಕಲಿತುಕೊಂಡರೆ ಸಂಸಾರ ಬಿಡುವುದಿಲ್ಲ, ವೈರಾಗ್ಯ ಬರುವುದಿಲ್ಲ ಅದು ಸಂಬಂಧಗಳನ್ನು ಬಲಪಡಿಸುತ್ತದೆಯೇ ಹೊರತು ದೂರ ಮಾಡುವುದಿಲ್ಲ.

10. ರೇಖಿ ಪರಿಣಾಮ ಒಳ್ಳೆಯದ್ದೆ ಆಗಿರುತ್ತದೆಯೇ ಹೊರತು, ಕೆಟ್ಟದಾಗಿ ಪ್ರಭಾವ ಬೀರಲು ಸಾಧ್ಯವಿಲ್ಲ.

11. ರೇಖಿಯನ್ನು ಕಲಿಯಲು ತುಂಬಾ ಕಡಿಮೆ ಅವಧಿ ಸಾಕು.

12. ರೇಖಿ ಪುಸ್ತಕವನ್ನು ಓದಿ, ರೇಖಿ ಕಲಿಯಲು ಬರುವುದಿಲ್ಲ. ಅದಕ್ಕೆ ದೀಕ್ಷೆ ಆಗಲೇಬೇಕು.

13. ರೇಖಿ ಕಲಿಯುವಾಗ ಉಸೂಯಿಯವರ ಪರಂಪರೆಯಲ್ಲಿ ಬಂದ ಗುರುಗಳ ಬಳಿಯೇ ದೀಕ್ಷೆ ಪಡೆಯಬೇಕು ಮತ್ತು ಸರಿಯಾದ ಮಾರ್ಗದರ್ಶನ ಮಾಡುವವರಾಗಿರಬೇಕು.

14. ರೇಖಿ ಕಲಿಯಲು ಯಾವುದನ್ನು ತ್ಯಜಿಸಬೇಕಿಲ್ಲ ಯಾವ ಪಥ್ಯವಿಲ್ಲ ನಿರ್ಬಂಧಗಳಿಲ್ಲ.

15. ಸಾಧನೆ ಸಮಯ ಸ್ಥಳ ನಿರ್ಬಂಧವಿಲ್ಲ, ಏಕಾಗ್ರತೆಯ ಅವಶ್ಯವಿಲ್ಲ .

16. ರೇಖಿಯಿಂದ ನೆನಪಿನ ಶಕ್ತಿ, ಆತ್ಮ ವಿಶ್ವಾಸ ಹೆಚ್ಚಿಸಲು ಸಾಧ್ಯವಿದೆ.

17. ಪ್ರತಿಭೆಗಳಿಗೆ ಅನುಗುಣವಾಗಿ ಅವಕಾಶಗಳು ದೊರೆಯುವಂತಾಗುತ್ತದೆ.

18. ಆರ್ಥಿಕವಾಗಿ ಸಬಲರಾಗಲು ರೇಖಿ ಸಹಾಯ ಮಾಡುತ್ತದೆ.

19. ರೇಖಿಯಿಂದ ಕೇವಲ ಸ್ಪರ್ಶ ಅಥವಾ ಇತರರ ಚಿಕಿತ್ಸೆ ಮಾಡುವುದಲ್ಲದೇ (ದೂರ ಚಿಕಿತ್ಸೆ) ಎಂಬ ತಂತ್ರದ ಮುಖಾಂತರ ದೂರದಲ್ಲಿರುವ ವ್ಯಕ್ತಿಯನ್ನು ಗುಣಪಡಿಸಬಹುದು.

20. ರೋಗಿಗೆ ಗುಣಪಡಿಸುವವರು ನೀವಲ್ಲ, ಅದು ನಿಮ್ಮ ಮೂಲಕ ಹರಿಯುತ್ತದೆ ನೀವು ಒಂದು ವಾಹಕವಷ್ಟೆ "ನಾನು" ಮಾಡಿದೆ ಗುಣಪಡಿಸಿದೆ ಎಂಬ ಅಹಂಕಾರ ತಳೆಯಬೇಡಿ.

21. ರೇಖಿಯನ್ನು ಕೇಳಿದವರಿಗೆ ಮಾತ್ರ ನೀಡಿ. ರೇಖಿಯನ್ನು ಉಚಿತವಾಗಿ ನೀಡಬೇಡಿ. ಈ ಶಕ್ತಿಯ ಶಕ್ತಿ ವಿನಿಮಯ ಸೂತ್ರದ ಆಧಾರದ ಮೇಲೆ ಕೆಲಸ ನಿರ್ವಹಿಸುತ್ತದೆ. (ಮಕ್ಕಳು, ಸಂಬಂಧಿಗಳು ಸಸ್ಯಗಳು ಅಪಘಾತಕ್ಕೊಳಗಾದವರ ಹೊರತಾಗಿ) ಯಾವುದೇ ಶಕ್ತಿರೂಪವನ್ನು ಪಡೆದು ಮಾತ್ರವೇ (ಧಾನ್ಯ, ದುಡ್ಡು, ಇತ್ಯಾದಿ) ರೇಖಿ ಶಕ್ತಿ ನೀಡಿರಿ.

22. ರೇಖಿ ಪಡೆಯುವ ವ್ಯಕ್ತಿಯು ವಿಶ್ವಶಕ್ತಿಯಿಂದ ರೇಖಿ ಶಕ್ತಿಯನ್ನು ಪಡೆದು ಇತರರಿಗೆ ನೀಡುತ್ತಾರೆಯೇ ಹೊರತು ತನ್ನ ಶಕ್ತಿಯಿಂದ ಗುಣಪಡಿಸುವುದಿಲ್ಲ.

23. ಚಿಕಿತ್ಸೆ ನೀಡುವ ಸ್ಥಳವನ್ನು ಪವಿತ್ರವಾಗಿರಿಸಿ. ಶಾಂತವಾಗಿರುವ ಹಾಗೆ ನೋಡಿಕೊಳ್ಳಿ. ಗಂಧದಕಡ್ಡಿ, ಧೂಪ ಇವುಗಳನ್ನು ಬಳಸಿ.

24. ರೇಖಿ ಶಕ್ತಿಯನ್ನು ಯಾವುದೇ ಜಾತಿ, ಮತ, ಪಂಥ, ಧರ್ಮ, ಯಾವುದರ ನಿರ್ಬಂಧವೂ ಇಲ್ಲ ಬಳಸಬಹುದು.

25. ಪ್ರಮುಖವಾಗಿ ಹೆಣ್ಣು ಮಕ್ಕಳಿಗೆ / ಹೆಂಗಸರಿಗೆ ರೇಕಿ ಮಾಡುವಾಗ ಸಾಧ್ಯವಾದಷ್ಟು ಮುಟ್ಟಾಲಾಗದ ಸಂದರ್ಭದಲ್ಲಿ 3 ಇಂಚು ದೂರದಿಂದ ರೇಕಿ ಮಾಡುವುದು ಒಳ್ಳೆಯದು

26. ರೇಕಿ ಶಕ್ತಿಯು ಕೈಯಲ್ಲಿ ಹರಿಯುವಾಗ ನಮಗೆ ಸಂವೇದನೆ (ಬಿಸಿ, ತಂಪು, ಬೆಚ್ಚನೆ, ಚುಮು, ಚುಮು) ಆಗಲೇಬೇಕೆಂಬ ನಿಯಮವಿಲ್ಲ. ಆರಾಮಾಗಿ ಅಭ್ಯಾಸಿಸುತ್ತಿರುವಂತಯೇ ಅನುಭವ ಕಾಣಸಿಗುತ್ತದೆ.

6

ಶಕ್ತಿ ಪಡೆಯುವ / ನೀಡುವ / ಮುನ್ನ / ನಂತರ

ಶಕ್ತಿ ಪಡೆಯುವ / ನೀಡುವ / ಮುನ್ನ

- ನಿಮ್ಮ ಕಣ್ಣುಗಳನ್ನು ಮುಚ್ಚಿಕೊಳ್ಳಿ.
- ನಿಮ್ಮ ಕೈಗಳನ್ನು ನಮಸ್ಕಾರ ಸ್ಥಿತಿಯಲ್ಲಿರಿಸಿ.
- ನಿಮ್ಮ ಮನೆದೇವರ ಇಷ್ಟದೇವರ ಹೆಸರು ಹೇಳಿ.
- ರೇಖಿ ಶಕ್ತಿಯನ್ನು ಸ್ಮರಿಸಿ (ಇಲ್ಲಿ ನಿಮಗೆ ಹರಿಯುವ ಅನುಭೂತಿ ಹೆಚ್ಚು ಅದು ಹರಿಯಲು ಪ್ರಾರಂಭಿಸುತ್ತದೆ).
- ಡಾ||ಉಸೂಯಿ, ಡಾ||ಹಯಾಶಿ, ಡಾ||ಟಿಕಾಟ ರವರನ್ನು ಸ್ಮರಿಸಿ.
- ನಿಮಗೆ ರೇಖಿ ಕಲಿಸಿದ ಗುರುಗಳನ್ನು ಸ್ಮರಿಸಿ.
- ನಿಮ್ಮ ಆತ್ಮವನ್ನು ಸ್ಮರಿಸಿ (ಇತರರಿಗೆ ಮಾಡುವಾಗ ಅವರ ಆತ್ಮವನ್ನು ಸ್ಮರಿಸಿ).
- ಚಿಹ್ನೆಗಳನ್ನು ಗುರುಗಳು ಹೇಳಿಕೊಟ್ಟಂತೆ ಬಳಸಿ.

ಹೀಲಿಂಗ್ ನಂತರ

ಮತ್ತೆ ಕೈಗಳನ್ನು ನಮಸ್ಕಾರ ಸ್ಥಿತಿಯಲ್ಲಿರಿಸಿ

ನಿಮ್ಮ ಮನೆದೇವರು / ಇಷ್ಟದೇವರು, ರೇಖಿ ಶಕ್ತಿ ಡಾ|| ಉಸೂಯಿ, ಡಾ| ಹಯಾಶಿ, ಡಾ|| ಟಕಾಟ, ರೇಖಿ ಗುರುಗಳು ನಿಮ್ಮ ಆತ್ಮ (ಇತರರಿಗೆ ನೀಡುತ್ತಿದ್ದಂತೆ) ಅವರ ಆತ್ಮಕ್ಕೆ

ಮತ್ತೆ ನೆನೆದು ಧನ್ಯವಾದಗಳನ್ನು ತಿಳಿಸಿ

ಎಷ್ಟು ಸಮಯ ರೇಖಿ ತೆಗೆದುಕೊಳ್ಳಬೇಕು?

ರೇಖಿ ಒಂದು ದಿವ್ಯ ಶಕ್ತಿಯಾಗಿರುವುದರಿಂದ ಅದಕ್ಕೆ ಅತೀ ಕಟ್ಟುಬದ್ದಾದ ನಿಯಮಗಳೇನು ಇಲ್ಲ. ಎಷ್ಟು ಸಮಯ ರೇಖಿ ತೆಗೆದುಕೊಳ್ಳಬೇಕು ಎಂಬುವುದು ವಿದ್ಯಾರ್ಥಿಕ ಆಂತರೀಕ ಅರಿವಿನ ಮೇಲೆ ಮತ್ತು ಮಾನಸಿಕಸ್ಥಿತಿಯ ಮೇಲೆ ನಿಂತಿರುತ್ತದೆ. ತನ್ನ ಹಸ್ತಗಳಲ್ಲಿ ಶಕ್ತಿಯ ಹರಿವು ಮತ್ತು ನಿಲ್ಲುವಿಕೆಯ ಆಧಾರದ ಮೇಲೆ ನಿರ್ಧಾರ ಮಾಡಬಹುದು. ಸಾಮಾನ್ಯವಾಗಿ ಹೇಳುವುದಾದರೆ 3 ನಿಮಿಷಗಳಿಂದ ಹೆಚ್ಚು ಎಂದರೆ 20 ನಿಮಿಷಗಳವರೆಗೆ ಶಕ್ತಿ ನೀಡಬಹುವುದು, 20 ನಿಮಿಷಗಳ ನಂತರವೂ ಸಹ ಶಕ್ತಿಯ ಹರಿಯುವಿಕೆ ನಿಂತಿಲ್ಲವೆಂದರೆ, ಆ ಜಾಗಕ್ಕೆ ಹೆಚ್ಚಿನ ಹರಿವು ಅವಶ್ಯವಿದೆ, ಅಥವಾ ಆ ಜಾಗದಲ್ಲಿ / ಭಾಗದಲ್ಲಿ ತೊಂದರೆ ಹೆಚ್ಚಾಗಿದೆ ಎಂದು ತಿಳಿಯಬಹುದು.

ರೇಖಿ ಶಕ್ತಿಯ ಒಂದು ಸ್ವಯಂ ಪ್ರಜ್ಞೆಯಯಲ್ಳ ಆದ್ಬುತ ಶಕ್ತಿ, ಹೀಗಾಗಿ ವ್ಯಕ್ತಿಗೆ ಸಮಸ್ಯೆ ಇರುವ ಜಾಗತಿಳಿದಿಲ್ಲವಾದರೂ ದೇಹದ ಭಾಗದಲ್ಲಿ ಹಸ್ತಗಳನ್ನು ಇರಿಸಿದರೂ, ಅದು ಬೇಕಾದ ಜಾಗಕ್ಕೆ ಹರಿದು ಸಮಸ್ಯೆ ನಿವಾರಿಸುತ್ತದೆ.

ಶಕ್ತಿಯ ಸಮತೋಲನೆ *(Energy Balancing)*

ಶಕ್ತಿಯ ಸಮತೋಲನತೆಯಂದರೆ ಎಡ ಭಾಗದ ದೇಹದ ಮತ್ತು ಬಲಭಾಗದ ದೇಹದ ಸಮತೋಲನ ಶಕ್ತಿಯನ್ನು ಮರುಸ್ಥಾಪಿಸಿ ಸಮತೋಲನಗೊಳಿಸುವ ಒಂದು ಪ್ರಕ್ರಿಯೆ.

ಈ ಶಕ್ತಿಯ ಸಮತೋಲನೆಯನ್ನು 4 ವಿಧಾನಗಳಲ್ಲಿ ಮಾಡಬಹುದು.

ವಿಧಾನ - 1 : ಕುರ್ಚಿಯಲ್ಲಿ ಕೂರಿಸಿ ಸಮತೋಲನೆ ಮಾಡಬಹುದು, (ಶಕ್ತಿ ನೀಡುವ ಮೊದಲು)

ವಿಧಾನ - 2 : ರೇಖಿ ಶಕ್ತಿ ನೀಡಿದ ನಂತರ ಬೆರಳುಗಳ ವೃತ್ತಾಕಾರ ಚಲನೆ, (Spiritual Technique)

ವಿಧಾನ - 3 : ಚಕ್ರಗಳ ಸಮತೋಲನೆ (Chakra Balancing) (ಶಕ್ತಿ ನೀಡಿದ ನಂತರ)

ವಿಧಾನ - 4 : ಚಕ್ರಗಳ ಸೇರಿಸುವಿಕೆ (Stroking Technique)

ವಿಧಾನ :-1 ಕುರ್ಚಿಯಲ್ಲಿ ಕೂರಿಸಿ ಸಮತೋಲನ ಮಾಡುವಿಕೆ

- ಚಿಕಿತ್ಸೆ ಬೇಕಾದ ವ್ಯಕ್ತಿಯನ್ನು ಕುರ್ಚಿಯಲ್ಲಿ ಕೂರಿಸಿ ಕಾಲುಗಳನ್ನು ನೆಲದ ಮೇಲೆ ಆರಾಮವಾಗಿರಿಸಿ ಎರಡೂ ಕೈಗಳನ್ನು ತೊಡೆಯ ಮೇಲಿರಿಸಿ ಆರಾಮವಾಗಿ ಕಣ್ಣುಗಳನ್ನು ಮುಚ್ಚಿಕೊಳ್ಳಲು ಹೇಳಬೇಕು.
- ಅವರ ಬಲಗೈನ ಹಬ್ಬೆರಳು ಮತ್ತು ತಲೆಯ ನೆತ್ತಿಯ ಭಾಗವನ್ನು ತನ್ನ ಎರಡು ಬೆರಳುಗಳಿಂದ (ತೋರುಬೆರಳು, ಮಧ್ಯದಬೆರಳು) ಮೃದುವಾಗಿ ಸ್ಪರ್ಶೀಸಬೇಕು.
- ಹೀಗೆ ಮಾಡುವಾಗ ರೇಖಿ ಚಾನಲ್‌ನ್ನ ತನ್ನ ಮನಸ್ಸಿನಲ್ಲಿ ತಾನು ಶಕ್ತಿಯ ಸಮತೋಲನೆ ಮಾಡುತ್ತಿರುವುದಾಗಿ ಅಂದುಕೊಳ್ಳಬೇಕು ಶಕ್ತಿ ಸಮತೋಲನೆಯಾಗುತ್ತಿರುವುದನ್ನು ಮಾನಸಿಕವಾಗಿ ನೋಡಬೇಕು. ಇದಾದ ನಂತರ ಚಿಕಿತ್ಸೆ ಪ್ರಾರಂಭ ಮಾಡಬಹುದು.

ವಿಧಾನ :- 2 ಬೆರಳುಗಳ ವೃತ್ತಾಕಾರದ ಚಲನೆ (*Spiritual Technique*)

- ರೇಖಿ ಪಡೆಯುವವರನ್ನು ಅಂಗಾತ ಮಲಗಿಸಿ
- ಎರಡು ಕೈಗಳ (ತೋರು ಬೆರಳು ಮತ್ತು ಮಧ್ಯದ ಬೆರಳುನ್ನು ಬಿಟ್ಟು ಉಳಿದ ಎಲ್ಲಾ ಬೆರಳುಗಳನ್ನು ಮಡಚಿ ವ್ಯಕ್ತಿ ದೇಹದಿಂದ ಮೇಲೆ 2 ಇಂಚುಗಳ ಅಚೆತರದಲ್ಲಿ ನಿಮ್ಮ ಬೆರಳುಗಳನ್ನು ಇರಿಸಿ.
- ಅವರ ಎರಡು ಭುಜಗಳಿಗೆ ಸಮಾನಾಂತರವಾಗಿ ನಿಮ್ಮ ಕೈಗಳನ್ನು ಹಿಡಿಯಿರಿ.
- ವ್ಯಕ್ತಿಯ ಭುಜಗಳಿಂದ ಎದೆಯಿಂದ, ಹೊಟ್ಟೆಯಿಂದ, ತೊಡೆಗಳಿಂದ ಕಾಲುಗಳವರೆಗೆ ಗಡಿಯಾರ ತಿರುಗುವ ದಿಕ್ಕಿಗೆ ವಿರುದ್ಧವಾಗಿ (ಅಪ್ರದಕ್ಷಿಣಾಕಾರವಾಗಿ) ಬೆರಳುಗಳನ್ನು ತಿರುಗಿಸಿ.
- ಮತ್ತೆ ಅವರ ಭುಜಗಳಿಂದ ತೋಳುಗಳಿಂದ ಮೊಣಕೈಗಳಿಂದ ಕೈ ತುದಿಯವರೆಗೆ ಅಪ್ರದಕ್ಷಿಣಾಕಾರವಾಗಿ ತಿರುಗಿಸಿ.
- ಇದನ್ನು 3 ಸಲ ಪುನಃ ಮಾಡಿರಿ.

ವಿಧಾನ:-3 ಶಕ್ತಿ ಸಮತೋಲನ ಚಕ್ರಗಳನ್ನು ಸಮತೋಲನಗಳಿಸುವ ವಿಧಾನ

- ರೇಕಿ ಪಡೆಯುವವರನ್ನು ಬೋರಲಾಗಿ ಮಲಗಿಸಿ. (ಉಲ್ಟಾ)
- ದೇಹದಿಂದ ಎರಡು ಇಂಚು ಮೇಲೆ ಎಲ್ಲಾ ಬೆರಳುಗಳನ್ನು ಇರಿಸಿ. (ಅಡ್ಡಲಾಗಿ)
- ಒಂದು ಹಸ್ತವನ್ನು ಸಹಕ್ಕಾರದ ಮೇಲಿರಿಸಿ ಇನೊಂದು ಹಸ್ತವನ್ನು ಮೂಲಾಧಾರದ ಮೇಲಿರಿಸಿ.
- ಎರಡೂ ಕೈಗಳನ್ನು ಒಟ್ಟಿಗೆ ಅನಾಹತದವರೆಗೆ ತನ್ನಿರಿ.
- ಮತ್ತೆ ಆಜ್ಞಾಚಕ್ರದಿಂದ ಸ್ವಾಧಿಷ್ಠಾನದವರೆಗೆ ತನ್ನಿರಿ.
- ಮತ್ತೆ ವಿಶುದ್ಧದಿಂದ ಮಣ ಪೂರಕದವರೆಗೆ ತನ್ನಿರಿ.
- ಮತ್ತೆ ಬಲಗೈ ಮೇಲೆ ಎಡಗೈ ಇಟ್ಟು ಮೃದುವಾಗಿ ಒತ್ತಿರಿ. (ಹೆಣ್ಣುಮಕ್ಕಳಿಗೆ ದೂರದಿಂದಲೇ ಮಾಡಿರಿ)
- ಹೀಗೆ 3 ಸಲ ಮಾಡಿರಿ.

ವಿಧಾನ:-4 ಶಕ್ತಿಯ ಸಮತೋಲನ ಚಕ್ರಗಳನ್ನು ಸಮತೋಲನ ಬೋರಲಾಗಿ ಮಲಗಿಸಿ

- ಬಲಗೈನ ಮಧ್ಯದ ಮೂರು ಬೆರಳುಗಳನ್ನು ಕೂಡಿಸಿರಿ
- ಸಣ್ಣ ಬೆರಳು ಮತ್ತು ಹೆಬ್ಬೆಟ್ಟನ್ನು ಮಡಚಿರಿ, ಕೂಡಿಸಿದ ಮಧ್ಯದ ಬೆರಳುಗಳನ್ನು ರೇಕಿ ಪಡೆಯುತ್ತಿರುವವರ ಕುತ್ತಿಗೆ ಹಿಂಬದಿಗೆ ಹಚ್ಚಿರಿ
- ಬೆನ್ನು ಹುರಿಗುಂಟ ಮೂಲಾಧಾರ ಚಕ್ರದವರೆಗೆ ಎಳೆಯಿರಿ
- ಹೀಗೆ ಮೂರು ಸಲ ಮಾಡಿರಿ
- ಮಧುಮೇಹ ರೋಗಿಗಳಿಗೆ ಇದನ್ನು ವಿರುದ್ಧ ದಿಕ್ಕಿನಲ್ಲಿ ಮಾಡಿ

೧೯

7
ದೇಹದ 24 ಕೇಂದ್ರಗಳು

ಪ್ರತಿ ವಿಧಾನದಲ್ಲಿ ತಿಳಿಸಿದಂತ ಆರಂಭಿಸಿ 24 ಕೇಂದ್ರಗಳಿಗೂ ಸ್ವಯಂ ಚಿಕಿತ್ಸೆ ಮಾಡಿಕೊಳ್ಳುವುದು ಒಳ್ಳೆಯದು

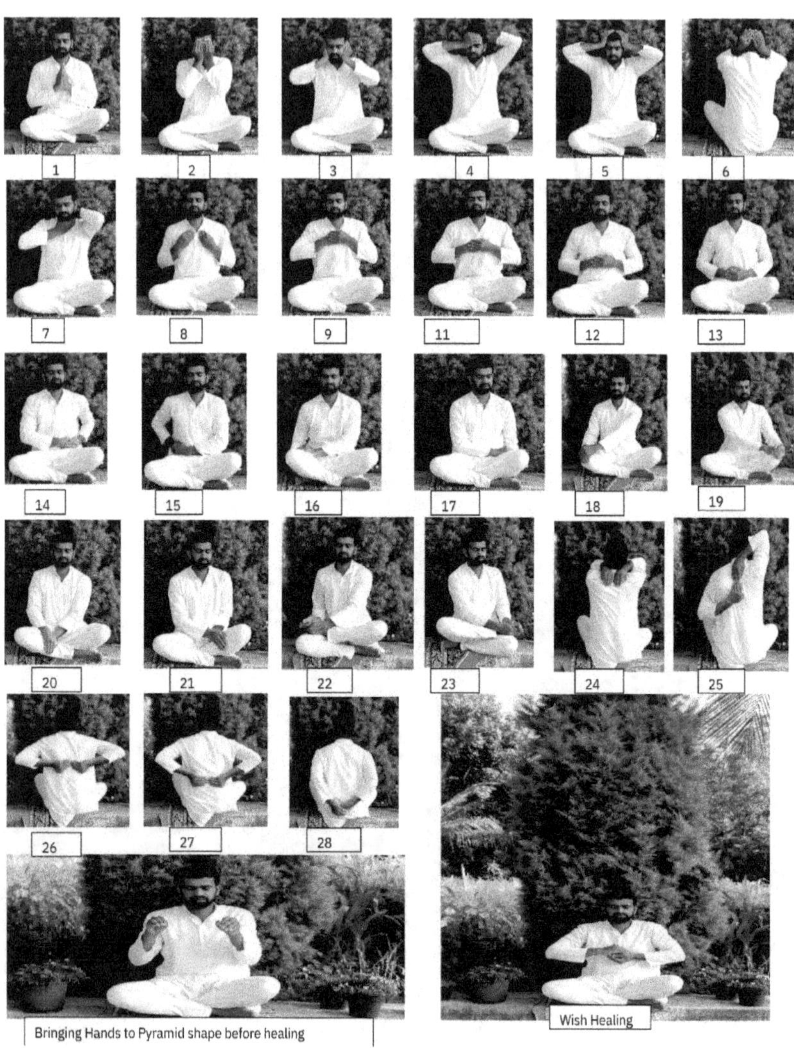

Bringing Hands to Pyramid shape before healing

Wish Healing

Thank You To Kumar Madikeri- My dearest Friend

8

ಮುಕ್ತಾಯ ರೇಕಿ 1 & 2

ಮುಕ್ತಾಯ ರೇಕಿ 1 & 2

ಕೃತಜ್ಞತಾ ಹಂತಗಳನ್ನು ಈ ಹಿಂದೆ ತಿಳಿಸಿದಂತೆ ಮಾಡಿ. ಶಕ್ತಿಯ ಹರಿಯುವಿಕೆ ಇಡೀ ದೇಹದಲ್ಲಿ ಹರಿಯುತ್ತಿರುವುದನ್ನು ಅರಂಭದಿಂದ ಮುಕ್ತಾಯದವರೆಗೂ ನಗುಮುಖವಿರಲಿ. ಮತ್ತೆ ಆಕಾಶದಿಂದ ಬಿಳಿ ಬೆಳಕು ನಿಮ್ಮ ಇಡೀ ದೇಹವನ್ನು ಆವರಿಸಿರುವಂತೆ ಕಲ್ಪಿಸಿಕೊಳ್ಳಿ ಮತ್ತು ಅನಭವಿಸಿ ಆ ಪ್ರೇಮಶಕ್ತಿ, ದಿವ್ಯಶಕ್ತಿ ದೈಹಿಕ ಶಕ್ತಿ ನನ್ನನ್ನು ದೈಹಿಕವಾಗಿ ಮಾನಸಿಕವಾಗಿ ಭಾವನಾತ್ಮಕವಾಗಿ ಆಧ್ಯಾತ್ಮಿಕವಾಗಿ ಆರೋಗ್ಯವಂತರಾಗಿ ಮಾಡಲಿ ಎಂದು ಮನವಿ ಮಾಡಿರಿ.

ವಿಶೇಷ ಸೂಚನೆ

ಈ ಒಂದು ಪುಸ್ತಕವು ಎಲ್ಲಾ ವಿಧಾನಗಳನ್ನು ರೇಖಿ ಪಡೆಯುವ, ನೀಡುವ ರೀತಿಯನ್ನು ವಿವರಿಸಲಾಗಿದ್ದು, ಈ ಪುಸ್ತಕವನ್ನು ಓದಿ ಅಥವಾ ನೋಡಿ ರೇಖಿ ಅಭ್ಯಾಸ ಮಾಡಲು ಬರುವುದಿಲ್ಲ, ಇದಕ್ಕೆ ಪರಿಣಿತ ರೇಖಿ ಮಾಸ್ಟರ್‌ಗಳಿಂದ ದೀಕ್ಷೆ ಪಡೆಯದ ಹೊರತು ಯಾವ ಚಿಹ್ನೆ ಕೆಲಸ ಮಾಡುವುದಿಲ್ಲ, ಕೇವಲ ಪುಸ್ತಕ ನೋಡಿ ರೇಖಿ ಅಭ್ಯಾಸ ಮಾಡುವು ಅಸಂಮಜಸ ಮತ್ತು ಅಪ್ರೇರಿತ. ಈ ಪುಸ್ತಕವು ಅನೇಕ ಸ್ವಂತ ಅನುಭವಗಳು ಮತ್ತು ಇತರರ ಮೇಲೆ ಉಂಟಾದ ಪ್ರಭಾವಗಳನ್ನು ನೋಡಿ ತಿಳಿದು ಹೊರತಂದಿದ್ದಾಗಿದೆ. ಇಲ್ಲಿ ನೀಡಿರುವ ವಿಧಾನಗಳನ್ನು ತಪ್ಪಾಗಿ ಆನುಸರಿಸಿದರೆ ಯಾವುದೇ ಕೆಡಕು ಆಗುವುದಿಲ್ಲ. ಪರಿಣಾಮ ಕಡಿಮೆ ಅನ್ನಿಸಬಹುದು ಅಷ್ಟೆ.

ಈ ಪುಸ್ತಕವು ಕೇವಲ ಮಾರ್ಗದರ್ಶಿ, ಚಿಕಿತ್ಸೆ ಅವಶ್ಯದ ರೀತಿಯಲ್ಲಿಯೇ ಅದನ್ನು ಮಾಡಬೇಕು, ಚಿಕಿತ್ಸೆಯ ಅವಧಿಯಲ್ಲಿ ವೈದ್ಯರ ಯಾವುದೇ ಔಷಧಗಳನ್ನು ನಿಲ್ಲಿಸುವಂತಿಲ್ಲ,

ಈ ಚಿಕಿತ್ಸೆಯು ಔಷಧ ರಹಿತ ಚಿಕಿತ್ಸೆಯಾಗಿದ್ದು, ವೈದ್ಯಕೀಯಕ್ಕೆ ಪರ್ಯಾಯವಲ್ಲ. ಇದು ವೈದ್ಯಕೀಯಕ್ಕೆ ಪೂರಕ ಚಿಕಿತ್ಸೆ ಮಾತ್ರ ಆದರೂ ಈ ಚಿಕಿತ್ಸೆಯಿಂದ ನಾನಾ ರೀತಿಯ ರೋಗಗಳು ಗುಣವಾಗಿರುವುದನ್ನು ಗಮನಿಸಲಾಗಿದೆ.

ಯಾವುದೇ ವಿಷಯವನ್ನು ತಿಳಿಯದೇ ಅದರ ಬಗ್ಗೆ ತಪ್ಪಾಗಿ ಮಾತನಾಡಬಾರದು, ಹಾಗೆಯೇ ರೇಕಿ ಎಂಬುದು ಸ್ವತಃ ಅನುಭವಿಸುವವರೆಗೆ ಅದರ ಬಗ್ಗೆ ಏನೇ ಹೇಳಿದರೂ ಸಹ ಅದು ಸ್ವತಃ ಅನುಭವಿಸುವಂತೆ ಆಗುವುದಿಲ್ಲ, ಒಬ್ಬ ರೇಕಿ ಚಿಕಿತ್ಸೆ ಮನೆಯಲ್ಲಿ ಒಬ್ಬ ಡಾಕ್ಟರ್ ಇದ್ದ ಹಾಗೆ ಎಂಬುದು ಗಮನಿಸಲಾಗಿದೆ.

9
ರೇಖಿ- 2

ರೇಖಿ- 2

ರೇಖಿ 1 ರಲ್ಲಿ ನೀವೀಗಾಗಲೇ ಬಹಳಷ್ಟು ವಿಷಯಗಳನ್ನು ತಿಳಿದುಕೊಂಡಿದ್ದಿರಿ ಈಗ ರೇಖಿ 2 ರಲ್ಲಿ ಇದೊಂದು ಪ್ರಮುಖವಾದ ಇನ್ನೊಂದು ದೀಕ್ಷಾ ಕ್ರಮವಾಗಿದೆ. ಇದರಲ್ಲಿ 3 ಜಪಾನಿ ರಹಸ್ಯ ಚಿಹ್ನೆಗಳನ್ನು ಕಲಿಸಲಾಗುತ್ತದೆ. ಈ ಚಿಹ್ನೆಗಳು ವಿವಿಧ ಅರ್ಥಗಳನ್ನು ಒಳಗೊಂಡಿರುತ್ತವೆ ಇವುಗಳು ಶಕ್ತಿ ಚಿಹ್ನೆಗಳಾಗಿದ್ದು ಇದನ್ನು ಕಲಿತ ನಂತರ ಈ ಚಿಹ್ನೆಗಳ ಕುರಿತಾಗಿ ಯಾರೊಂದಿಗೂ ಚರ್ಚಿಸಬಾರದು. ಈ ಚಿಹ್ನೆಗಳು ಶಕ್ತಿ ಕೇಂದ್ರಗಳಾಗಿ ಹರಿದು ವ್ಯಕ್ತಿಯ ಸಮಸ್ಯೆಯನ್ನು ನಿವಾರಿಸುತ್ತದೆ. ಈ ಚಿಹ್ನೆಗಳನ್ನು ಬಹಳ ಪವಿತ್ರವಾಗಿಡಬೇಕು.

ಈ ಚಿಹ್ನೆಗಳು ತಾವೇ ಕೆಲಸ ಮಾಡುವುದಿಲ್ಲ. ಅದು ಅರ್ಹ ರೇಖಿ ಗುರುಗಳಿಂದ ದೀಕ್ಷೆ ಪಡೆದ ನಂತರವೇ ಪರಿಣಾಮಕಾರಿಯಾಗಿ ಕೆಲಸ ಮಾಡುತ್ತವೆ. ಈ ಚಿಹ್ನೆಗಳನ್ನು ಹಾಳೆಯಲ್ಲಿ ಬರೆದು ಅಭ್ಯಾಸ ಮಾಡುವುದಾದರೆ ಅಭ್ಯಾಸದ ನಂತರ ಆ ಹಾಳೆಯನ್ನು ಸುಟ್ಟು ಬೂದಿಯನ್ನು ನೀರಿನಲ್ಲಿ ಹಾಕಿ ಪವಿತ್ರ ಗಿಡಕ್ಕೆ ಹಾಕಬೇಕು.

ಈ ಚಿಹ್ನೆಯನ್ನು ಬಳಸುವಾಗ ಒಂದು ಹಸ್ತದಿಂದ (ಹಸ್ತ ಚಕ್ರ / ಹಸ್ತದ ಮಧ್ಯ ಭಾಗದಿಂದ) ಚಿಕಿತ್ಸೆಯ ಆಗತ್ಯ ಇರುವ ಸ್ಥಳದ ಮುಂಭಾಗದಲ್ಲಿ ಬರೆದು ಅವುಗಳ 3 ಬಾರಿ ಮಾನಸಿಕವಾಗಿ ಜಪಿಸಬೇಕು 1 ಬೆರಳಿನ ತುದಿಯಿಂದ ಅಥವಾ ಒಂದೇ ಬೆರಳಿಂದ ಬರೆಯಬಾರದು "ಎರಡು ಬೆರಳು ಇಲ್ಲವೇ ಎಲ್ಲಾ ಬೆರಳುಗಳಿಂದ ಇಲ್ಲವೇ ಹಸ್ತದಿಂದ ಪ್ರಜ್ಞಾಪೂರ್ವಕವಾಗಿ ಚಿಹ್ನೆಗಳನ್ನು ಬರೆಯಲು ಆರಂಭಿಸಿದಾಗ ಅದರ ನಿಜವಾದ ಅರಿವು ನಮಗೆ ಆಗುತ್ತಾಹೋಗುತ್ತದೆ."

ಚಿಹ್ನೆ:-1 ಚೊಕುರೆ

ಇದನ್ನು "ಪವರ್ ಸಿಂಬಲ್" ಎಂದು ಕರೆಯಲಾಗುತ್ತದೆ. ಇದು ಉಸೂಯಿ ರೇಖಿಯ ಮೊದಲ ಚಿಹ್ನೆಯಾಗಿದೆ, ಇದರ ಮೂಲಧಾರ ಚಕ್ರ ಮತ್ತು ಸೂಕ್ಷ್ಮ ಶರೀರದ ಭೌತಿಕ ಸೂಕ್ಷ್ಮ ಶರೀರಕ್ಕೆ ಹರಿಯುತ್ತದೆ.

ಯಾವುದೇ ಉದ್ದೇಶ ಆಶಯವನ್ನು ಬಲಗೊಳಿಸಲು ಈ ಚಿಹ್ನೆಯನ್ನು ಬಳಸಲಾಗುತ್ತದೆ. ಈ ಚಿಹ್ನೆಯನ್ನು ಯಾವುದಾದರೂ ಸ್ಥಳ, ಕೋಣೆ, ವ್ಯಕ್ತಿ ಮಸ್ತು ಅಥವಾ ಬೆಲೆಬಾಳುವ ವಸ್ತುಗಳನ್ನು ದುಷ್ಟಶಕ್ತಿಯಿಂದ ರಕ್ಷಿಸಲು ಬಳಸಬಹುದು.

ಚಿಹ್ನೆ:-2 ಸೆಹೆಕಿ

ಇದು ಶ್ರೀ ಉಸೂಯಿಯ 2ನೇ ಚಿಹ್ನೆಯಾಗಿದ್ದು, ಸ್ವಾಧಿಷ್ಠಾನ ಚಕ್ರಕ್ಕೆ ಪ್ರವಹಿಸುವಂತೆ ಮಾಡಿ ಭಾವನಾತ್ಮಕ ಸೂಕ್ಷ್ಮ ಶರೀರಕ್ಕೆ ಹರಿಯುತ್ತದೆ. ಇದು ಎಡ ಮತ್ತು ಬಲ ಮೆದುಳಿನ ನಡುವೆ ಸಾಮರಸ್ಯವನ್ನುಂಟುಮಾಡುತ್ತದೆ. ಇದು ಭಾವನಾತ್ಮಕ ಸಮಸ್ಯೆಗೆ ಸಂಬಂಧಿಸಿದ ತೊಂದರೆಗಳಿಂದ ಮುಕ್ತಗೊಳಿಸುತ್ತದೆ.

ಚಿಹ್ನೆ :- 3 ಹಾನ್ ಷಾ ಜೆಷೋನೆನ್

ಇದು ಉಸೂಯಿ ರೇಖಿಯ 3ನೇ ಚಿಹ್ನೆಯಾಗಿದ್ದು ಮಣಿಪೂರಕ ಚಕ್ರಕ್ಕೆ ಹರಿದು ಮಾನಸಿಕ ಸೂಕ್ಷ್ಮ ಶರೀರವನ್ನು ಸುಚೇತನಗೊಳಿಸುತ್ತದೆ ಇದನ್ನು ದೂರದಲ್ಲಿ ಹೀಲಿಂಗ್ ಪಡೆಯುವವರಿಗೆ ದೂರ ಮತ್ತು ಸಮಯವನ್ನು ಮೀರುವ ಒಂದು ಚಿಹ್ನೆಯಾಗಿದೆ.

ರಹಸ್ಯ ಚಿಹ್ನೆಗಳನ್ನು ಕೊನೆಯ ಪುಟದಲ್ಲಿ ಕೊಡಲಾಗಿದೆ

10
ವಿವಿಧ ತಂತ್ರಗಳು

1. ಸ್ಪರ್ಶ ಚಿಕಿತ್ಸಾ ವಿಧಾನ - (Touch Healing)
2. ಅಸ್ಪರ್ಶ ಚಿಕಿತ್ಸಾವಿಧಾನ - (Aura Healing)
3. ದೂರ ಚಿಕಿತ್ಸಾ ವಿಧಾನ - (Distance Healing)
4. ಸಮೂಹ ಚಿಕಿತ್ಸಾ ವಿಧಾನ - (Group Healing)

1) ಸ್ಪರ್ಶ ಚಿಕಿತ್ಸಾ ತಂತ್ರ

ಇಲ್ಲಿ ರೇಖಿ ವಾಹಕರು ತನ್ನ ಅಥವಾ ಇತರರ ಶರೀರದ ಮೇಲೆ ಹಸ್ತಗಳನ್ನು ಇರಿಸಿ ರೇಖಿ 1,2,3, ಚಿಹ್ನೆಗಳನ್ನು ಬಳಸಿ ಅವುಗಳ ಹೆಸರನ್ನು ಜಪಿಸಿ ರೇಖಿ ನೀಡುತ್ತಾನೆ. ಪ್ರಾರ್ಥನೆಯೊಂದಿಗೆ ಪ್ರಾರಂಭಿಸಿ ದೇಹದ 24 ಸ್ಥಾನಗಳ ಮೇಲೆ ಹಸ್ತಗಳನ್ನಿರಿಸಿ ಚಿಕಿತ್ಸೆ ಮಾಡಬಹುದು. ಹಸ್ತಗಳ ಮೇಲೆ ಮಾನಸಿಕವಾಗಿ ಬರೆದು ಅವುಗಳ ಹೆಸರನ್ನು 3 ಬಾರಿ ಜಪಿಸಿ ರೇಖಿ ಶಕ್ತಿ ನೀಡಬೇಕು. ಹೀಗೆ ಪ್ರತಿಸ್ಥಳದಲ್ಲಿ 2 ರಿಂದ 3 ನಿಮಿಷಗಳ ಕಾಲ ಇಲ್ಲವೆ ಹರಿವುನಿಲ್ಲುವವರಿಗೆ ಮುಂದುವರೆಸಬೇಕು. ಇವುಗಳನ್ನು ಅನುಕೂಲಕ್ಕೆ ತಕ್ಕಂತೆ ಬೇರೆಕ್ರಮದಲ್ಲೂ ಅನುಸರಿಸಬಹುದು. ಸ್ವಚಿಕಿತ್ಸೆ 24 ಸ್ಥಾನಗಳ ನಂತರ ಶರೀರದ ಮೇಲಿಂದ ಕೆಳಗೆ ಮಗುವಿನಂತೆ ವಾಹಕನು ತನಗೆ ತಾನೆ ನೇವರಿಸಬೇಕು. ನಂತರ ತಾನು ಮಾಡಿಕೊಂಡ ಚಿಕಿತ್ಸೆ ಫಲಕಾರಿಯಾಗಿದೆ ಎಂದು ಭಾವಿಸಬೇಕು ಮತ್ತು ಕೃತಜ್ಞತೆಗಳನ್ನು ಸಲ್ಲಿಸಿ ಚಿಕಿತ್ಸೆ ನಿಲ್ಲಿಸಬೇಕು.

2) ಅಸ್ಪರ್ಶ ಚಿಕಿತ್ಸಾ ತಂತ್ರ

ಈ ವಿಧಾನದಲ್ಲಿ ಹಸ್ತಗಳು ಸೂಕ್ಷ್ಮ ಶರೀರ ವಲಯದಲ್ಲಿ ಹಸ್ತಗಳನ್ನು ಬಳಸಿ ಚಿಕಿತ್ಸೆ ಮಾಡಲಾಗುತ್ತದೆ. ಶರೀರದ ಪ್ರಭಾವಳಿ/ಪ್ರ ವಲಯ (ಆರಾ) ಇಲ್ಲಿಗೆ ರೇಕಿ ಶಕ್ತಿಯ ಹರಿಯುತ್ತದೆ ಸೊಂಕು, ಗಾಯ, ಸುಟ್ಟಾಗ, ಹೆಣ್ಣು ಮಕ್ಕಳಿಗೆ ಚಿಕಿತ್ಸೆ ಮಾಡುವಾಗ ಕೆಲವೊಂದು ಸ್ಥಾನಗಳಿಗೆ ಈ ತಂತ್ರದಿಂದದ ಚಿಕಿತ್ಸೆ ಮಾಡುವುದು ಅವಶ್ಯಕ, ಈ ವಿಧಾನದಲ್ಲಿ ಸಹ 1,2 3 ಅಥವಾ 3 1 2 3 ರಂತೆ ಬಳಸಬಹುದು.

3) ದೂರ ಚಿಕಿತ್ಸಾ ತಂತ್ರ

ಚಿಕಿತ್ಸೆ ಅವಶ್ಯವಿರುವ ವ್ಯಕ್ತಿ ದೂರದಲ್ಲಿದ್ದಾಗ ಈ ತಂತ್ರ ಬಳಕೆಗೆ ಬರುತ್ತದೆ ಈ ಸಂದರ್ಭದಲ್ಲಿ 3,1,2,3, ಕ್ರಮದಂತೆ ಬಳಸಬೇಕು. ಈ ತಂತ್ರವು ಚಿಕಿತ್ಸೆ ಅವಶ್ಯವಿರುವ ವ್ಯಕ್ತಿಗೆ ದೂರ / ಸಮಯ ಪರಿಮಿತಿಯಿಲ್ಲದೇ ತಲುಪಿಸುತ್ತದೆ ಚಿಕಿತ್ಸೆ ಪ್ರಾರಂಭಿಸುವಾಗ ಚಿಕಿತ್ಸೆ ತೆಗೆದುಕೊಳ್ಳುವುದು ದೂರದ ವ್ಯಕ್ತಿ ಆರಾಮವಾಗಿ ಕುಳಿತು ನೋವಿರುವ / ಸಮಸ್ಯೆಯಿರುವ ಜಾಗದಲ್ಲಿ ಕೈಯಿಡಲು ಸೂಚಿಸುವುದು ಅವಶ್ಯ.

4) ಸಮೂಹ ಚಿಕಿತ್ಸಾ ವಿಧಾನ

ಒಂದಕ್ಕಿಂತ ಹೆಚ್ಚು ಹೀಲರ್-ಗಳು ಸೇರಿ ಒಂದು ದಿಕ್ಕಿನಲ್ಲಿ ಶಕ್ತಿಯನ್ನು ಹರಿಸುವುದು.ತುಂಬಾ ಕಷ್ಟಕರವಾದ ಸಮಸ್ಯೆ ಅಥವಾ ದೊಡ್ಡ ಬಯಕೆಗಳನ್ನು ಈಡೇರಿಸಿಕೊಳ್ಳಲು ಈ ಚಿಕಿತ್ಸೆ ತುಂಬಾ ಸಹಕಾರಿ. ಚಿಕಿತ್ಸೆ ಅವಶ್ಯವಿರುವವರನ್ನು ಮಲಗಿಸಿ ಸುತ್ತಲೂ ರೇಕಿವಾಹಕರು ಕುಳಿತು ಶಕ್ತಿ ನೀಡುವುದರಿಂದ ಆ ವ್ಯಕ್ತಿ ಬೇಗನೆ ಗುಣಮುಖನಾಗುತ್ತಾನೆ. ಒಬ್ಬರ ಹಿಂದೆ ಒಬ್ಬರು ನಿಂತು ಸರಪಣಿಯಂತೆ ನಿಂತು ವ್ಯಕ್ತಿಗೆ ಚಿಕಿತ್ಸೆ ಮಾಡಬಹುದು.

ಮುಖ್ಯ ವಿಷಯ

ಸ್ಪರ್ಶ ಚಿಕಿತ್ಸೆ ಮಾಡುವಾಗ ರೇಕಿ 1,2,3, ಚಿಹ್ನೆಯನ್ನು ಉಪಯೋಗಿಸಿ ದೂರ ಚಿಕಿತ್ಸೆ ಮಾಡುವಾಗ 3,1,2,3, ರಂತೆ ಚಿಹ್ನ ಉಪಯೋಗಿಸಿ ಶಕ್ತಿ ನೀಡಬೇಕು ಪ್ರತಿ ಅವಧಿಯು ಇಂತಿಷ್ಟೆ ಇರಬೇಕೆಂದು ನಿಯಮವಿಲ್ಲ. ಆದರೆ ಕನಿಷ್ಟ 3 ರಿಂದ 20 ನಿಮಿಷಗಳವರೆಗೆ ನೀಡಬಹುದು

೧೧

11

ದೂರ ಚಿಕಿತ್ಸಾ ತಂತ್ರ ವಿಧಾನಗಳು

ಪ್ರತಿನಿಧಿಕರಣ ವಿಧಾನ : ರೇಖಿ ವಾಹಕನು ತಾನೆ ಆ ವ್ಯಕ್ತಿಯಿಂದು ತಿಳಿದು ರೇಖಿ ಅವಶ್ಯವಿರುವ ಜಾಗಕ್ಕೆ 3,1,2,3 ರಂತೆ ಶಕ್ತಿ ಹರಿಸಬಹುದು.

ಹಾಳೆಯ ವಿಧಾನ : ವ್ಯಕ್ತಿಯ ಹೆಸರು, ಊರು, ವಿಳಾಸವನ್ನು ಬರೆದು ಆ ಹಾಳೆಯನ್ನು ಹಸ್ತದ ಮದ್ಯೆ ಇಟ್ಟು 3,1,2,3 ನ್ನು ಬಳಸಿ 10-20 ನಿಮಿಷ ಗಳವರೆಗೆ ಶಕ್ತಿ ನೀಡಬೇಕು.

ಹಸ್ತದ ವಿಧಾನ : ರೇಖಿ ವಾಹಕರು ತನ್ನ ಕೈಗಳ ಮದ್ಯೆ ವ್ಯಕ್ತಿಯ ಸಮಸ್ಯೆಯನ್ನು ಕಲ್ಪಿಸಿಕೊಂಡು 3,1,2,3 ರಂತೆ 10-20 ನಿಮಿಷಗಳವರೆಗೆ ಶಕ್ತಿ ನೀಡಬೇಕು.

ಪ್ರತಿ ವಿಧಾನ : ವ್ಯಕ್ತಿಯ ಭಾವಚಿತ್ರ / ಉಗುರು / ಕೂದಲು, ಕೈ ಬರಹದ ಪ್ರತಿಯನ್ನು ಹಸ್ತಗಳ ನಡುವೆ ಇರಿಸಿಕೊಂಡು 3,1,2,3 ನ್ನು ಬಳಸಿ 10-20 ನಿಮಿಷಗಳ ವರೆಗೆ ಶಕ್ತಿ ನೀಡಬೇಕು.

ಗೊಂಬೆ ವಿಧಾನ : 2-3 ಅಡಿ ಗೊಂಬೆ ತೆಗೆದುಕೊಂಡು ಅದೇ ಚಿಕಿತ್ಸೆ ಅವಶ್ಯವಿರುವ ವ್ಯಕ್ತಿಯಿಂದು ತಿಳಿದು 3,1,2,3 ನ್ನು ಬಳಸಿ 10-20 ನಿಮಿಷಗಳವರೆಗೆ ಶಕ್ತಿ ನೀಡಬೇಕು.

ನೆನಪಿಡಿ

- ಮನುಷ್ಯ ಯೋಚಿಸಿದಂತೆ ತಾನಾಗುತ್ತದೆ "ದೃಷ್ಟಿಯಂತೆ ಸೃಷ್ಟಿ" ಹಾಗಾಗಿ ಸದಾ ಧನಾತ್ಮಕವಾಗಿ ಯೋಚಿಸಿ
- ಇತರರ ವಿರುದ್ಧ ಋಣಾತ್ಮಕ ಭಾವನೆ ತಳೆಯಬೇಡಿ ಅದು ನಿಮ್ಮನ್ನು ಕೊಲ್ಲುತ್ತವೆ

- ನಿಮ್ಮಸಂತೋಷವನ್ನು ಇತರರ ಮಾತಿನಲ್ಲಿ ಇಡಬೇಡಿ.
- ನಾನು ಮಾಡಿದೆ ಎಂದು ಯಾವಾಗಲೂ ಅಂದುಕೊಳ್ಳಿಬೇಡಿ
- ಸದಾ ನೀವು ಏನನ್ನು ಹೊಂದಿದ್ದಿರೋ ಅದಕ್ಕೆ ಸದಾ ಕೃತಜ್ಞರಾಗಿರಿ, ಸಾದ್ಯವಾದಷ್ಟು ನಿಮ್ಮ ಆದಾಯದಲ್ಲಿ
- ಕನಿಷ್ಟ 1% ಭಾಗ ಗರಿಷ್ಟ 10% ಭಾಗ ಅರ್ಹರಾದ ಕೈಲಾಗದ ಕೆಳಗಿನವರಿಗೆ ಸಹಾಯ ಮಾಡಿ.
- ಇತರರ ಸಂತೋಷದಲ್ಲಿ ನಿಮ್ಮ ಸಂತೋಷವನ್ನು ಕಾಣಿರಿ.

12

ರೇಖಿ ಎಲ್ಲೆಲ್ಲಿ ಬಳಸಬಹುದು

- ಔಷಧಗಳಿಗೆ
- ಮನೆ ಕಛೇರಿಗೆ
- ಮಕ್ಕಳ ವಿಧ್ಯಾಭ್ಯಾಸಕ್ಕೆ
- ಜನರ ಗುಂಪಿಗೆ
- ಪ್ರಯಾಣ ಪ್ರವಾಸಕ್ಕೆ ರೇಖಿ
- ಹೊಸದೊಂದು ಮನೆಕಟ್ಟಲು
- ಕೆಲಸ ಮಾಡುವ / ಆಫೀಸಿಗೆ ರೇಖಿ ಮಾಡಬಹುದು
- ವ್ಯಾಪಾರಾಭಿವೃದ್ಧಿಗೆ ರೇಖಿ
- ಮಕ್ಕಳಿಲ್ಲದವರಿಗೆ ರೇಖಿ
- ಹೊಸ ವಾಹವನ್ನು ಖರೀದಿ ಮಾಡಲ ರೇಖಿ
- ಇಷ್ಟಾರ್ಥ ಸಿದ್ಧಿಗಾಗಿ ರೇಖಿ / ಆಸೆಗುರಿಗಳನ್ನು ಈಡೇರಿಸಿಕೊಳ್ಳಲು ರೇಖಿ
- ಮದುವೆಯೋಗ ಬಯಸುವವರಿಗೆ ರೇಖಿ
- ಗಿಡ ಮರಗಳಿಗೆ/ಬೀಜ ರೇಖಿ
- ಸಾಕು ಪ್ರಾಣಿಗಳಿಗೆ ರೇಖಿ
- ವಿದ್ಯಾರ್ಥಿಗಳಿಗೆ ರೇಖಿ
- ಭೂಮಿಗೆ ರೇಖಿ
- ಗ್ರಹ ದೋಷಗಳಿಗೆ ರೇಖಿ
- ತಿನ್ನುವ ಪದಾರ್ಥಗಳಿಗೆ ರೇಖಿ
- ಅಡುಗೆ ಮನೆಗೆ /ಸಿಲಿಂಡರ್‌ರಗೆ ರೇಖಿ
- ಗರ್ಭಿಣ ಸ್ತ್ರೀಗೆ ರೇಖಿ
- ವಾಸ್ತು ದೋಷ ನಿವಾರಣೆಗೆ ರೇಖಿ

- ಸಂದರ್ಶನಕ್ಕೆ ರೇಖಿ / ಪ್ರಸ್ತುತ ಉದ್ಯೋಗದಲ್ಲಿ ಮುನ್ನಡೆಗಾಗಿ ರೇಖಿ
- ಸಾಲ ವಸೂಲಾತಿಗೆ ರೇಖಿ
- ಬಾಂದವ್ಯ ಸುಧಾರಣೆಗಾಗಿ ರೇಖಿ
- ಕೋರ್ಟ್ ಕೇಸುಗಳಿಗೆ ರೇಖಿ
- ಹಿಂದಿನ ಜನ್ಮಗಳಿಗೆ ರೇಖಿ
- ಮರಣ ಹೊಂದಿದವರಿಗೆ ರೇಖಿ
- ದುಶ್ಚಟಗಳಿಂದ ದೂರವಾಗುವುದಕ್ಕೆ ರೇಖಿ
- ತೂಕ ಹೆಚ್ಚಿಸಲು ರೇಖಿ / ಇಳಿಸಲು ರೇಖಿ
- ಚಕ್ರಗಳಿಗೆ ರೇಖಿ
- ICU ನಲ್ಲಿರುವವರಿಗೆ ರೇಖಿ
- ಗುರುಗಳಿಗೆ ರೇಖಿ
- ದೇವತೆಗಳಿಗೆ ರೇಖಿ

ಸ್ನೇಹಿತರು, ಸಂಬಂಧಿಗಳು ಎಲ್ಲರೂ ಕೈ ಬಿಟ್ಟಾಗ, ಮನುಷ್ಯ ಮತ್ತೆ ಯಾರಿಗೆ ಮೊರೆ ಹೋಗಲು ಸಾಧ್ಯ ? ಅದಕ್ಕಾಗಿ ರೇಖಿಯು ಇದೇ ಮಾನವಕುಲಕ್ಕೆ ಒಂದು ವರವಾಗಿದೆ. ರೇಖಿಯು ಮೊದಲು ಸೂಕ್ಷ್ಮ ಶರೀರಗಳಲ್ಲಿ ಕೆಲಸ ಮಾಡಿ ನಂತರ ಭೌತಿಕ ಶರೀರದ ಮೇಲೆ ಕೆಲಸಮಾಡುತ್ತದೆ.

ಇದೇ ಜಗತ್ತಿನಲ್ಲಿ ಈ ರೇಖಿಯ ಜೊತೆಗೆ ಮತ್ತು ಹಲವು ರೇಖಿ ಪದ್ಧತಿಗಳು ಜಾರಿಯಲ್ಲಿವೆ. ಅವುಗಳಲ್ಲಿ ಕರುಣಾ ರೇಖಿ, ಉಸೂಯಿ ರೇಖಿ, ರೇನ್ಓಬ ರೇಖಿ, ಮೊಲಚೋಸ್ ರೇಖಿ, ಕುಂಡಲಿನಿ ರೇಖಿ, ಚೆಂಡ್ಯೇ ರೇಖಿ ಇತ್ಯಾದಿ. ರೇಖಿ ಶಕ್ತಿಯನ್ನು ಉಚಿತವಾಗಿ ಕೊಡಬಾರದು ಮತ್ತು ಪಡೆಯಬಾರದು.

ರೇಖಿ ನೀಡುವಾಗ ಅಥವಾ ಪಡೆಯುವಾಗ ನೀಡುವವರು ಮತ್ತು ಪಡೆಯುವವರು ತಮಗೆ ಗೊತ್ತಿರುವ ಮಂತ್ರಗಳನ್ನು ಪಠಿಸಬಹುದು ಇದು ಕಡ್ಡಾಯವೇನು ಅಲ್ಲ. ರೇಖಿಯು ಒಂದು ಮೃದುವಾದ ದೈವೀ ಶಕ್ತಿ ಮನುಷನಿಗೆ ನಂಬಿಕೆ ಇಲ್ಲದಿದ್ದರೂ, ಅದು ಪ್ರಾಕೃತಿಕ ಶಕ್ತಿಯಗಿರುವುದರಿಂದ ತನ್ನ ಕೆಲಸ ಮಾಡುತ್ತದೆ. ಆದರೆ ಕೃತಜ್ಞತೆ, ವಿಶ್ವಾಸ ಇರುವುದು ಮಾನವ ಧರ್ಮ ಇದೊಂದು ಶುದ್ಧವಾದ ದೈವೀಕ ಪ್ರೇಮಶಕ್ತಿ ಇದನ್ನು ಇತರರ ಒಳಿತಿಗಾಗಿ ಬಳಸಬಹುದೆ ವಿನಾ, ಇಚ್ಛೆಸಿದರೂ ದುರ್ಬಳಕೆ ಮಾಡಿಕೊಳ್ಳಲು ಸಾಧ್ಯವಿಲ್ಲ. ರೇಖಿ ಪಡೆಯುವವರು ಮತ್ತು ನೀಡುವವರು ರೇಖಿಯ 5 ತತ್ತ್ವಗಳನ್ನು ಪಾಲಿಸುವುದು ಉತ್ತಮ. ಎಷ್ಟೇ ಪುಸ್ತಕಗಳನ್ನು ಓದಿ, ಕೇಳಿ ತಿಳಿದುಕೊಂಡರೂ ಅನುಭವಿಸುವುದು ಬಹಳ ಮುಖ್ಯ "An once of practice is better than bundle of knowledge" ಆನೆ ಗಾತ್ರ ಗೊತ್ತಿರುವುದಕ್ಕಿಂತ ಇರುವೆಗಾತ್ರವಾದರೂ ಅಭ್ಯಾಸಿಸುವುದು ಎಂದರ್ಥ.

ಸಾಮಾನ್ಯ ವಿಚಾರ

ರೇಖಿ ಶಕ್ತಿಯು ಮನಸ್ಸು ಮತ್ತು ಶರೀರದ ಮೇಲೆ ಮೃದುವಾಗಿ ನಿರಂತರವಾಗಿ ಕೆಲಸ ಮಾಡುವ ಒಂದು ಶಕ್ತಿಯಾಗಿದೆ. ಇದನ್ನು ಚಿಕಿತ್ಸಾ ಪದ್ಧತಿಗೆ ಪೂರಕವಾಗಿ ಬಳಸಬಹುದಾಗಿದೆ, ವೈದ್ಯಕೀಯ ಸಲಹೆಯ ಮಾತ್ರೆಗಳನ್ನು ಬಿಡುವಂತೆ ಎಲ್ಲಿಯೂ ಸೂಚಿಸಿಲ್ಲ, ರೇಖಿ ಅಭ್ಯಾಸ ಮಾಡುತ್ತಿದ್ದಂತೆ ವ್ಯಕ್ತಿಯಲ್ಲಿ ಆಗುವ ಬದಲಾವಣೆಯಿಂದ ವೈದ್ಯರೇ ಮಾತ್ರೆಗಳು/ಔಷಧಗಳನ್ನು ಕಡಿಮೆ ಮಾಡುವ ಸಂದರ್ಭ ಇರುತ್ತದೆ ಹೆಚ್ಚಿನ ವಿಚಾರಗಳನ್ನು ಅನುಮಾನಗಳನ್ನು ನಿಮ್ಮ ರೇಖಿ ಗುರುಗಳಿಂದ ಬಗೆಹರಿಸಿಕೊಳ್ಳಿ.

ಉಪ್ಪು ನೀರಿನ ಸ್ನಾನ

ಒಂದು ಬಕೆಟ್ ನೀರಿಗೆ ಒಂದು ಮುಷ್ಟಿ ಕಲ್ಲು ಉಪ್ಪು ಹಾಕಿ ನೀರನ್ನು ತಲೆಯ ಮೇಲಿಂದ ಹಾಕಿರಿ (ಕೆಲವರು ಉಪ್ಪಿನ ಕೈ ಯಿಂದ ತಲೆ ಮುಟ್ಟಿದರೆ ಕೂದಲು ಬೆಳ್ಳಗಾಗುತ್ತದೆ ಎಂದು ನಂಬುತ್ತಾರೆ. ಆದರೆ ಸಮುದ್ರದಲ್ಲಿ ಸ್ನಾನ ಮಾಡುವವರಿಗೆ ಏಕೆ ಬೆಳ್ಳಗಾಗುವುದಿಲ್ಲ? ಸಮುದ್ರದಲ್ಲಿಯೇ ತಾನೆ ಉಪ್ಪು ತೆಗೆಯುವುದು?) ತಲೆಯಿಂದ ಹಾಕುವುದು ಕಷ್ಟವೆನಿಸಿದರೆ ಮೈ ಮೇಲೆ ಹಾಕಿ ಸ್ನಾನ ಮಾಡುತ್ತಾ ನನ್ನ ಋಣಾತ್ಮಕ ಶಕ್ತಿಯಲ್ಲಾ ಇಳಿದು ಹೋಗುತ್ತದೆ ಎಂದು ಭಾವಿಸಿ.

ರೇಖಿ ಗುರುವಿನ ಆಯ್ಕೆ

ರೇಖಿ ಗುರುಗಳು ಸಹೃದಯ ವ್ಯಕ್ತಿಯಾಗಿದ್ದು ಡಾ|| ಉಸೂಯಿಯವರ ಪರಂಪರೆಯಿಂದ ಬಂದಾತ ವ್ಯಕ್ತಿಯೇ ಆಗಿರಬೇಕು ಮತ್ತು ಅದೇ ವ್ಯಕ್ತಿ ತನ್ನ ಹಿಂದಿನ ಎಲ್ಲ ಸಮಸ್ಯೆಗಳಿಂದ ಬಂದಂತವರಾಗಿರಬೇಕು.

13
ಚಕ್ರಗಳು

Our Chakra System

Image Credit Canva Paid Tool

ರೇಖಿ ಚಾನಲ್‌ನ ಪ್ರತಿಯೊಬ್ಬರು ಸೂಕ್ಷ್ಮ ಶರೀರ ಮತ್ತು ಚಕ್ರಗಳ ಬಗ್ಗೆ ತಿಳಿದುಕೊಳ್ಳುವುದು ಒಳ್ಳೆಯದು. ನಮ್ಮ ಈ ಭೌತಿಕ ಶರೀರ ಬಹಳ ಚೆನ್ನಾಗಿ ಕೆಲಸ ಮಾಡಲು ಈ ಸೂಕ್ಷ್ಮ ಶರೀರ ಚೆನ್ನಾಗಿರಬೇಕು. ಒಂದು ದೀಪ ಉರಿಯುವಾಗ ನಮಗೆ ಜ್ವಾಲೆ ಕಾಣಿಸುತ್ತದೆಯೇ ವಿನಾ ಅದರ ಸುತ್ತಲೂ ಇರುವ ಪ್ರಭೆ ಕಾಣಿಸುದಿಲ್ಲ. ಆದರೆ ಆ ಪ್ರಭೆ ಇರುವುದೇ ಸತ್ಯ, ಹೌದಾದರೆ, ನಮ್ಮ ಜೀವ ಈ ದೇಹದಲ್ಲಿ ಇರುವಾಗ ನಮ್ಮ ಸುತ್ತಲೂ ಒಂದು ಪ್ರಭೆ ಇದೆ ಅದನ್ನು ಆರಾ, ಹೌರಾ, ಪ್ರಭಾವಳಿ ಸೂಕ್ಷ್ಮ ಶರೀರ, ಹೊರದೇಹ ಎಂದು ಹೇಳಬಹುದು.

ಮೂಲಾಧಾರ ಚಕ್ರ :

ಮೊದಲನೇ ಶಕ್ತಿ ಕೇಂದ್ರವಾಗಿದ್ದು ಇದು ಜನನೇಂದ್ರಿಯ ಮತ್ತು ಗುದದ್ವಾರದ ಕೆಳಗೆ ಇರುತ್ತದೆ. ಇದು ಕೆಂಪು ಬಣ್ಣದಲ್ಲಿ ಕೂಡಿದ್ದು ನಾಲ್ಕು ದಳಗಳಿರುತ್ತದೆ ಇದು ಮನಷ್ಯನ ಸ್ಥಿರತೆ ಆಂತರಿಕ ಬಲ ಇಂದ್ರಿಯಗಳ ಸುಖ, ಹಣಕಾಸು ಕಡಿಮೆ ಅವದಿಯಲ್ಲೇ ಉತ್ತಮ ಸ್ಥಾನ, ಅಧಿಕಾರ ಇವುಗಳಿಗೆ ಸಂಬಂಧಿಸಿದ ಚಕ್ರವಾಗಿರುತ್ತದೆ, ಯಾರಿಗೆ ಈ ಚಕ್ರ ಬಾಡಿಗಿರುತ್ತದೆಯೋ ಆ ವ್ಯಕ್ತಿ ಈ ಮೇಲಿನ ಎಲ್ಲಾ ವಿಷಯಗಳಿಂದಲೂ ಹಿನ್ನಡೆ ಹೊದಿರುತ್ತಾನೆ ಮತ್ತು ಕೋಪ ಆಹಂಕಾರ, ಅತೀ ಆಸೆ ಹಿಂಸಾ ಪ್ರವೃತ್ತಿ ಹೆಚ್ಚಿರುತ್ತದೆ.

Mooladhara Chakra - ಮೂಲಾಧಾರ ಚಕ್ರ - Image Source Pexels

೧೧

ಸ್ವಾಧಿಷ್ಟಾನ ಚಕ್ರ

ಇದು ಎರಡನೆ ಶಕ್ತಿ ಕೇಂದ್ರವಾಗಿದ್ದು ಇದು ಜನನೇಂದ್ರಿಯದ ಮೇಲ್ಭಾಗದಲ್ಲಿರುತ್ತದೆ. ಇದು ಕಿತ್ತಳೆ ಬಣ್ಣದಲ್ಲಿದ್ದು ಆರು ದಳಗಳಿಂದ ಕೂಡಿರುತ್ತದೆ. ಇದು ಮನಷ್ಯನ ಲೈಂಗಿಕ ಚಟುವಟಿಕೆಗಳಿಗೆ ಸಂಬಂಧಿಸಿದ ಚಕ್ರವಾಗಿರುತ್ತದೆ. ಈ ಚಕ್ರವು ಸರಿಯಾಗಿದ್ದಲ್ಲಿ ವ್ಯಕ್ತಿಯಲ್ಲಿ ವರ್‍ಯಾಣುವಿನ ಕೊರತೆ, ಲೈಂಗಿಕತೆಯಲ್ಲಿ ಆಸಕ್ತಿ ಇಲ್ಲದಿರುವುದು ಅಥವಾ ಅದರ ಕುರಿತು ತಿರಸ್ಕಾರ ಮನೋಭಾವ ತಳೆಯುವುದಾಗಿರುತ್ತದೆ, ಜೊತೆಗೆ ಮನುಷ್ಯನ ಆಸೆ, ಆಕಾಂಕ್ಷೆ, ಗುರಿಗಳಿಗೆ ಸಹಾಯಮಾಡುವ ಚಕ್ರವಾಗಿರುತ್ತದೆ.

Swadhishtana chakra ಸ್ವಾಧಿಷ್ಟಾನ ಚಕ್ರ

ಮಣಿಪೂರಕ ಚಕ್ರ

ಈ ಚಕ್ರವು ಹೊಕ್ಕಳಿನ ಭಾಗದಲ್ಲಿರುತ್ತದೆ. ಈ ಚಕ್ರವು ಹಳದಿ ಬಣ್ಣದಿಂದ ಕೂಡಿದ್ದು 10 ದಳಗಳಿರುತ್ತದೆ ಈ ಚಕ್ರವು ಆರೋಗ್ಯಕ್ಕೆ ಸಂಬಂಧ ಪಟ್ಟ ಚಕ್ರವಾದದ್ದು ಮನುಷ್ಯನ ಆರೋಗ್ಯ, ಕಾಯಿಲೆ ಯಕೃತ್, ಪಿಹಾ, ಜೀರ್ಣಾಂಗ ವ್ಯೂಹ, ಇವುಗಳಿಗೆ ಸಂಬಂಧಿಸಿದ ಚಕ್ರವಾಗಿರುತ್ತದೆ. ಈಚಕ್ರವು ಸಮತೋಲನೆ ಇಲ್ಲದ ವ್ಯಕ್ತಿಯಲ್ಲಿ ವಿವಿಧ ರೀತಿಯ ಕಾಯಿಲೆಗಳು ಡಯಾಬಿಟಿಸ್, ಜೀರ್ಣಶಕ್ತಿ ಈರೀತಿಯ ಸಮಸ್ಯೆಗಳು ಉಂಟಾಗುವ ಸಾಧ್ಯತೆಗಳಿವೆ

Manipura Chakra - *ಮಣಿಪೂರಕ ಚಕ್ರ* -Image Source Pexels

೧೧

ಅನಾಹತ ಚಕ್ರ

ಇದು 4ನೇ ಶಕ್ತಿ ಕೇಂದ್ರವಾಗಿದ್ದು ಹೃದಯದ ಹತ್ತಿರ ಎದೆಯ ಮಧ್ಯಭಾಗ ಹಸಿರು ಬಣ್ಣದಲ್ಲಿ 12 ದಳಗಳನ್ನು ಹೊದಿರುತ್ತದೆ ಈ ಚಕ್ರವು ಭಕ್ತಿ, ಪ್ರೀತಿ, ಮಮತೆ, ಮಮಕಾರ, ಕರುಣೆ, ದಯೆ, ದಾಕ್ಷಿಣ್ಯ ಇತರರಿಗೆ ಗೌರವ ನೀಡುವುದು ಈ ಚಕ್ರಕ್ಕೆಸಂಬಂಧಿಸಿರುತ್ತದೆ ಯಾರಲ್ಲಿ ಈ ಚಕ್ರ ಅಸಮತೋಲನೆ ಇರುತ್ತದೆಯೋ ಆ ವ್ಯಕ್ತಿಯಲ್ಲಿ ಈ ಮೇಲಿನ ಎಲ್ಲಾ ಅಂಶಗಳ ಕೊರತೆ ಇರುತ್ತದೆ ಮತ್ತು ಆ ವ್ಯಕ್ತಿಯನ್ನು ಇತರರು ಗೌರವ ನೀಡುವುದು, ಪ್ರೀತಿಯಿಂದ ಕಾಣುವುದು ಇದೆಲ್ಲದರಿಂದ ವಂಚಿತರಾಗುತ್ತಾರೆ.

Ananhata Chakra - ಅನಾಹತ ಚಕ್ರ -Image Source Pexels

೧೯

ವಿಶುದ್ಧ ಚಕ್ರ

ಇದು 5ನೇ ಶಕ್ತಿ ಕೇಂದ್ರವಾಗಿದ್ದು ಇದು ಗಂಟಲಿನ ಸ್ಥಾನದಲ್ಲಿರುತ್ತದೆ ನಾವು ಕನಸುಕಾಣುವ ಕೇಂದ್ರವಾಗಿರುತ್ತದೆ ಇದು ನೀಲಿ ಬಣ್ಣದಿಂದ ಕೂಡಿದ್ದು 16 ದಳಗಳಿರುತ್ತದೆ. ಇದು ವ್ಯಕ್ತಿಯ ಮಾತಿನ ಚಾಕಚಕ್ಯತೆ ಅಭಿವ್ಯಕ್ತಿತ್ವ ಮಾತುಗಳಲ್ಲಿ ವಿಚಾರಗಳು ಕಂಠ ಹಾಡುಗಾರಿಕೆ, ಇವುಗಳಿಗೆ ಸಂಬಂದಿಸಿದ್ದಾಗಿರುತ್ತವೆ ಯಾರಲ್ಲಿ ಈ ಚಕ್ರ ಅಸಮತೋಲನೆಯಾಗಿತ್ತದಯೋ ಆ ವ್ಯಕ್ತಿಯ ತನಗೆ ತಿಳಿದ ವಿಚಾರಗಳನ್ನು ಮಾತಿನ ಮೂಲಕ ವ್ಯಕ್ತಪಡಿಸಲಾಗುವುದಿಲ್ಲ, ಆ ವ್ಯಕ್ತಿಯ ವಾಕ್‌ಚತುರ್ಯತೆ ಕಡಿಮೆ ಇರುತ್ತದೆ.

Vishuddha/Vishuddhi Chakra - _ವಿಶುದ್ಧ ಚಕ್ರ_- **Image Source Pexels**

೧೯

ಆಜ್ಞಾ ಚಕ್ರ

ಇದು ಆರನೇ ಶಕ್ತಿ ಕೇಂದ್ರವಾಗಿದ್ದು ಎರಡು ಹುಬ್ಬುಗಳ ಮಧ್ಯಭಾಗದಲ್ಲಿರುತ್ತದೆ ಇದು ತಿಳಿ ನೆರಳೆ ಬಣ್ಣವನ್ನು ಹೊಂದಿದ್ದು 96 ದಳಗಳನ್ನು ಹೊಂದಿರುತ್ತದೆ. ಇದು ಮನಷ್ಯನ ಅಂತರ ದೃಷ್ಟಿಗೆ ಸಂಬಂದಿಸಿದ್ದು, ಆತೀಂದ್ರಿಯ ದೃಷ್ಟಿ ಅನುಭವಗಳು, ಜ್ಞಾಪಕ ಶಕ್ತಿ ಏಕಾಗ್ರತೆ ಇವುಗಳೆಲ್ಲವು ಸಂಬಂದಿಸಿದ ಚಕ್ರವಾಗಿರುತ್ತದೆ ಈ ಚಕ್ರದ ಅಸಮತೊಲನೆಯಿರುವ ವ್ಯಕ್ತಿಗೆ ಏಕಾಗ್ರತೆ ಕಡಿಮೆ ಇದ್ದು ಜ್ಞಾಪಕ ಶಕ್ತಿ ಕುಂರಿತವಾಗಿರುತ್ತದೆ ಆಧ್ಯಾತ್ಮಿಕ ಸತ್ಯಗಳನ್ನು ಅಸಮರ್ಪಕ ಮತ್ತು ಕೇವಲ ಮೂಡನಂಬಿಕೆ ಎಂಬ ಮನೋಭಾವವನ್ನು ತಿಳಿದಿರುತ್ತಾನೆ ತನಗೆ ತಿಳಿದು ತಿಳಿದು ಮೋಸ ಹೋಗುವ ಅವಾಂತರಗಳನ್ನು ತಾನೇ ಸೃಷ್ಟಿಸಿಕೊಳ್ಳುತ್ತಾನೆ.

Ajna Chakra - *ಆಜ್ಞಾ ಚಕ್ರ* -Image Source Pexels

౧

ಸಹಸ್ರಾರ ಚಕ್ರ

ಇದು 7ನೇ ಶಕ್ತಿವಲಯವಾಗಿದ್ದು, ದೇಹಕ್ಕೆ ಅಂಟಿಕೊಳ್ಳದಂತೆ ತಲೆಯ ಮೇಲ್ಭಾಗದ ಮಧ್ಯಭಾಗದಲ್ಲಿ ತೆರೆದಿರುತ್ತದೆ ಇದು ಬಿಳಿ ಮತ್ತು ನೇರಳೆ ಬಣ್ಣವನ್ನು ಹೊಂದಿದ್ದು 1000 ದಳಗಳನ್ನು ಹೊಂದಿರುತ್ತದೆ. ಇದು ನಾವು ರೇಖಿ ಶಕ್ತಿಯನ್ನು / ವಿಶ್ವ ಚೈತನ್ಯವನ್ನು ಪಡೆಯುವ ಕೇಂದ್ರವಾಗಿದೆ. ಈ ಚಕ್ರವು ಸಮತೋಲನೆಯಲ್ಲಿದಾಗ ವ್ಯಕ್ತಿಯ ಪ್ರತಿಯೊಂದು ಜೀವಿಯಲ್ಲೂ ಅನುಭೂತಿ ಕಾಣುತ್ತಾನೆ.

Sahasrara Chakra - *ಸಹಸ್ರಾರ ಚಕ್ರ-* Image Source Pexels

೧೯

14

ರೇಖಿ – 3

ರೇಖಿ 1 ಮತ್ತು 2 ನ್ನು ಈಗಾಗಲೇ ಬಹಳ ಚೆನ್ನಾಗಿ ಅರ್ಥಮಾಡಿಕೊಂಡು ಅನುಕೂಲತೆಗಳನ್ನು ಅನುಭವಿಸುತ್ತಿದ್ದೀರಿ, ರೇಖಿ 2 ರಲ್ಲಿ ನಾವು 3 ಚಿಹ್ನೆಗಳನ್ನು ಕಲಿತುಕೊಂಡು ಅದರ ಕಾರ್ಯವೈಖರಿ ಚೆನ್ನಾಗಿ ತಿಳಿದಿದ್ದೇವೆ.

ರೇಖಿ 1 ನೇ ಚಿಹ್ನೆ ಚೊಕುರೇ - ಪವರ್ ಸಿಂಬಲ್ - ಮೂಲಧಾರ

ರೇಖಿ 2 ನೇ ಚಿಹ್ನೆ ಸೆಹೆಕಿ - ಮಾನಸಿಕ ಸಿಂಬಲ್ - ಸ್ವಾಧಿಷ್ಠಾನ

ರೇಖಿ 3 ನೇ ಚಿಹ್ನೆ ಹಾನ್-ಷ-ಜೆ-ಷೋ-ನೆನ್- ದೂರದ ಸಿಂಬಲ್

ಈಗ ನೀವು ಕಲಿಯುವ ಚಿಹ್ನೆ 4 ನೇ ಚಿಹ್ನೆಯಾಗಿದ್ದು ಮೇಲಿನ ಎಲ್ಲಾಚಿಹ್ನೆಗಳ ಶಕ್ತಿಯನ್ನು ದ್ವಿಗುಣಗೊಳಿಸುವ ಶಕ್ತಿ ಹೊಂದಿದೆ, ಈ ತರಗತಿಯ ಮುಂದುವರೆದ ಭಾಗವಾಗಿದ್ದುಇದನ್ನು ART ಎಂದೂ ಕರೆಯುತ್ತಾರೆ.(Advance Reiki Training) ಅಥವಾ ರೇಖಿ 3ಎ ಎಂದೂ ಕರೆಯುತ್ತಾರೆ, ಇಲ್ಲಿಯೂ ಸಹ ನೀವು ಗುರುದೀಕ್ಷೆಯನ್ನು ಪಡೆಯುತ್ತೀರಿ. ಈ ಚಿಹ್ನೆಯು ನಿಮ್ಮ ಧೀರ್ಘಕಾಲಿನ ಸಮಸ್ಯೆಗಳನ್ನು (Chronicle Problem) ಪರಿಹರಿಸಿಕೊಳ್ಳಲು ಬಹಳಷ್ಟು ಉಪಕಾರಿಯಾಗಿದೆ. ಇಲ್ಲಿ ಮಾನವನ ಸಮಸ್ಯೆಗಳು ಅದರ ಹಿನ್ನಲೆಯನ್ನು ಅರಿಯುತ್ತೀರಿ.

ಉಸೂಯಿ ಮಾಸ್ಟರ್ ಸಿಂಬಲ್

ಈ ಚಿಹ್ನೆಯು 4 ನೇ ಮತ್ತುಕೊನೆಯ ಚಿಹ್ನೆಯಾಗಿದ್ದು [ಒಂದು ಹಂತದ ರೇಖಿಯ] ಇದರ ಅರ್ಥ ನನ್ನೊಂದಿಗೆ ಸದಾ ಇರು, ನನ್ನ ಮೇಲೆ ಕರುಣ ಇರಲಿ, ಶಕ್ತಿಯ ಪ್ರಭಾವ ವೃದ್ಧಿಯಾಗಲಿ ಎಂಬುದಾಗಿದೆ, ಈ ಚಿಹ್ನೆಯ ಉಪಯೋಗದಿಂದ ಹೆಚ್ಚು ವಿಶ್ವಶಕ್ತಿಯು ರೇಖಿ ಚಾನಲ್ ಗೆ ಹರಿದು ಅವನ ಅಥವಾ ರೋಗಿಯ ಸಮಸ್ಯೆಯನ್ನು ಬಗೆಹರಿಸುವಲ್ಲಿ ಪೂರಕವಾಗಿದೆ. ಇದರಲ್ಲಿ ದೊರೆಯುವ ಪರಿಹಾರವು ಶಾಶ್ವತವಾಗಿರುವಂತೆ ಮಾಡುತ್ತದೆ ಇದರ ಶಕ್ತಿ ತರಂಗಗಳು ಅತೀ ಹೆಚ್ಚಿನ ಮಟ್ಟದ್ದಾಗಿದ್ದು, ನೀವು ಇನ್ನು ಮುಂದೆ ಬಳಸುವ ಎಲ್ಲಾ ಚಿಹ್ನೆಗಳ ಮೊದಲು

• 45 •

ಮಾಸ್ಟರ್ ಚಿಹ್ನೆಯನ್ನು ಬಳಸಬೇಕು. ಇದು ಉಳಿದ ಚಿಹ್ನೆಗಳ ಶಕ್ತಿಯನ್ನು ಹೆಚ್ಚಿಸಿ ಹೆಚ್ಚು ಪರಿಣಾಮಕಾರಿಯಾಗಿ ಕೆಲಸ ಮಾಡಲು ಸಹಾಯಮಾಡುತ್ತದೆ. ಈ ಚಿಹ್ನೆಯನ್ನು ಬಳಸಿಕೊಂಡು ಹೆಚ್ಚಿನ ಆತ್ಮಾನುಭೂತಿಯನ್ನು ವಿಶೇಷವಾದ ಹೀಲಿಂಗ್ ಶಕ್ತಿಯನ್ನು ಪಡೆಯಲು ಸಹ ಸಾಧ್ಯವಿದೆ.

ಇನ್ನು ಮುಂದೆ ಚಿಹ್ನೆ 4ನ್ನು ಬಳಸಿದ ನಂತರವೇ ಚಿಹ್ನೆ 1,2,3ನ್ನು ಬಳಸಬೇಕು, ದೂರ ಚಿಕಿತ್ಸೆಗಾಗಲಿ ಇಲ್ಲವೇ ಸ್ಪರ್ಶ ಚಿಕಿತ್ಸೆಗೆ ಆಗಲೀ 4ನೇ ಚಿಹ್ನೆ ನಂತರ ಉಳಿದ ಚಿಹ್ನೆಗಳನ್ನು ಬಳಸಬೇಕು. ಅದು 4,1,2,3 ಆಗಿರುತ್ತದೆ.

4 ರೇಖಿ ಮಾಸ್ಟರ್ ಚಿಹ್ನೆ 1 ಚೊಕುರೇ 2 ಸೆಹೆಕಿ 3 ಹಾನ್ ಷಾ ಜೆ ಷೊನೆನ್.

ನೀವು ಯಾವಾಗಲೂ ಸಹ ನಿಮ್ಮ ಆತ್ಮದೊಂದಿಗೆ ಒಳ್ಳೆಯ ಬಾಂದವ್ಯವನ್ನು ಹೊಂದಿರಬೇಕು, ನಿಮ್ಮ ಆತ್ಮದ ಜೊತೆಗೆ ಮಾತನಾಡುತ್ತಿರಬೇಕು. ನಿಮ್ಮ ಆತ್ಮವನ್ನು ಸದಾ ನಿಮ್ಮ ಜೊತೆಗೆ ಇರಬೇಕೆಂದು ಹೇಳುತ್ತಿರುವುದು ಅವಶ್ಯಕ.

ಇನ್ನು ಮುಂದೆ ನೀವು ಪ್ರತೀಕ್ಷಣದಲೂ ನಿಮ್ಮಮೇಲೆ ನಮಗೆ ಅರಿವಿರಬೇಕು. ನಿಮ್ಮ ಜೀವನದಲ್ಲಿ ಆಗುತ್ತಿರುವ ಅನುಭವಗಳು ಘಟನೆಗಳು ಆಗು-ಹೊಗುಗಳನ್ನು ಪ್ರಜ್ಞಾಪೂರ್ವಕವಾಗಿ ನೋಡಬೇಕು. ಸಮಸ್ಯೆಗಳಿಗೆ ಧನ್ಯವಾದಗಳನ್ನು ಅರ್ಪಿಸಿ, ನಿನ್ನನ್ನು ಅನುಭವಿಸಿ ಅರ್ಥಮಾಡಿಕೊಂಡು ಪಾಠ ಕಲಿತಿದ್ದೆನೆ, ಇನ್ನು ನೀನು ನನ್ನನ್ನು ಬಿಟ್ಟು ಹೋಗು ಎಂದು ಕೇಳಿಕೊಳ್ಳಬೇಕು.

ಉದಾ:- ಹಣದ ಸಮಸ್ಯೆಯಿದೆ ಎಂದಾದರೆ

ಓ ಹಣದ ಸಮಸ್ಯೆಯೇ ನೀನು ಹಣದ ಸಮಸ್ಯೆಯನ್ನು ನನಗೆ ನೀಡಿ ಹಣದ ಬೆಲೆ ಏನೆಂದು ತಿಳಿಸಿರುವೆ, ಮತ್ತು ನನ್ನ ಆತ್ಮಕ್ಕೆ ಒಂದು ಅನುಭವವನ್ನು ಕೊಟ್ಟಿರುವೆ, ನೀನು ಏನೆಂದು ನಿನ್ನ ಬೆಲೆ ಏನೆಂದು ನನಗೀಗ ಅರಿವಾಗಿದೆ, ದಯಮಾಡಿ ನೀನು ನನ್ನನ್ನು ಬಿಟ್ಟು ಹೋಗು ಎಂದೂ ತಿಳಿಸಬೇಕು. ಇದೇ ರೀತಿ ಯಾವುದೇ ಸಮಸ್ಯೆಯಾದರೂ ಮಾನಸಿಕವಾಗಿಯೇ ತಿಳಿಸುತ್ತಿರಬೇಕು, ಪ್ರತಿದಿನ ಇದನ್ನು ಅಭ್ಯಾಸ ಮಾಡಿ ನಂತರ ಆ ಸಮಸ್ಯೆ ದೂರಾಗಿದ್ದನ್ನು ಮತ್ತು ನೀವು ಆ ಸಮಸ್ಯೆಯಿಂದ ಹೊರಬಂದು ನೆಮ್ಮದಿಯಿಂದ ಇರುವುದನ್ನು ಮಾನಸಿಕ ಚಿತ್ರಣದಲ್ಲಿ ನೋಡಿರಿ. ಇದೇ ರೀತಿ ಪ್ರತಿದಿನ ಮಾಡುತ್ತಾ ಹೋದಂತೆ ಒಂದರಿಂದ ಮೂರು ತಿಂಗಳ ಒಳಗಾಗಿಯೇ ನೀವು ಆ ಸಮಸ್ಯೆಯಿಂದ ಹೊರಬರುವುದನ್ನು ಖಂಡಿತವಾಗಿ ಗಮನಿಸುತ್ತೀರಿ, ಈ ರೀತಿ ಮಾಡುವಾಗ ನಿಮ್ಮಹೃದಯಪೂರ್ವಕವಾಗಿ ಭಾವನಾತ್ಮಕವಾಗಿ ಮಾಡಿ.

ನಾನು ಇದನ್ನು ನನ್ನ ಸ್ವಂತ ಅನುಭವದ ಆಧಾರದ ಮೇಲೆ ಮತ್ತು ನನ್ನ ಸ್ನೇಹಿತರ ಅನುಭವದ ಆಧಾರದ ಮೇಲೆ ತಿಳಿಸುತ್ತಿದ್ದೇನೆ, ಜೀವನದಲ್ಲಿ ಆಗುವುದೆಲ್ಲಾ ಒಳ್ಳೆಯದಕ್ಕ

ಆಗುತ್ತಿದೆ ಎಂದು ತಿಳಿಯಿರಿ.

ಇದೇ ರೀತಿ ಯಾವಾಗಲೂ ಸಹ ನಿಮ್ಮ ಆತ್ಮದೊಂದಿಗೆ ಮಾತನಾಡುತ್ತೀರಿ" ಓ ನನ್ನ ಆತ್ಮವೇ ನಾನು ಕೊಡುತ್ತಿರುವ ಧನಾತ್ಮಕವಾದ ರೇಖಿ ಶಕ್ತಿಯನ್ನು ಪಡೆದು ದಿನದಿಂದ ದಿನಕ್ಕೆ ನೀನು ವೃದ್ಧಿಯಾಗು ಈ ದೇಹ ನಿನ್ನ ಮನೆ, ನಿನ್ನ ಬಿಟ್ಟು ಬೇರೆ ಯಾವುದೇ ಕೆಟ್ಟ ಶಕ್ತಿಗಳು ಇರಬಾರದು, ಯಾವುದೇ ಕೆಟ್ಟ ಶಕ್ತಿಯನ್ನು ಒಳಗೆ ಸೇರಿಸಬೇಡ ಎಂದು ಸದಾ ನಿಮ್ಮೊಳಗೆ ಮಾತನಾಡುತ್ತಿರಿ, ಇದನ್ನು ಸ್ವಗತ ಎನ್ನುತ್ತಾರೆ, ಒಂದು ಹಂತದಲ್ಲಿ ಆತ್ಮವು ನಿಮಗೆ ಪ್ರತಿಸ್ಪಂದಿಸುವುದು ನಿಮ್ಮ ಅರಿವಿಗೆ ಬರುತ್ತದೆ, ಈ ಅನುಭವವು ಧಿಢೀರ್ ಎಂದು ಆಗದಿದ್ದರೂ ಕ್ರಮೇಣ ನಿಮ್ಮಗಮನಕ್ಕೆ ಖಂಡಿತಾ ಬರುತ್ತದೆ.

ಚಿಹ್ನೆಯನ್ನು ಕೊನೆಯ ಪುಟದಲ್ಲಿ ಕೊಡಲಾಗಿದೆ

15

ರೇಖಿ ಚಿಹ್ನೆ ಶಕ್ತಿಯುತ ಮಾಡುವುದು

(Reiki Symbol Energizing Technique)

ನಾವು ಖಾಲಿಯಾಗಿದ್ದಾಗ, ಏನು ಕೆಲಸ ಮಾಡದೇ ಇದ್ದಾಗ, ಪ್ರಯಾಣದಲ್ಲಿದ್ದಾಗ ತುಂಬಾ ಸಮಯ ವ್ಯರ್ಥವಾಗುತ್ತಿರುತ್ತದೆ, ಅಂತಹ ಸಂದರ್ಭದಲ್ಲಿ ರೇಖಿ ಚಿಹ್ನೆಗಳನ್ನು ಸಶಕ್ತಿಗೊಳಿಸಿ (energizing) ಅದನ್ನು ಕಾಯ್ದಿರಿಸಿಕೊಂಡು ಇಟ್ಟುಕೊಳ್ಳಬಹುದು, ನಿಮಗೆ ಹೀಲಿಂಗ್ ಮಾಡುವಾಗಲಅಥವಾ ಬೇಕಾದ ಸಂದರ್ಭದಲ್ಲಿ ಅದರ ಒಂದು Copy ಯನ್ನು ತೆಗೆದುಕೊಂಡು ಬಳಸಬಹುದು.

ಪ್ರಾರ್ಥನೆಯಿಂದ ಆರಂಭಿಸಿ

- ಕಣ್ಣುಗಳನ್ನು ಮುಚ್ಚಿಕೊಂಡು ನಿಮ್ಮ ಕೈಗಳಲ್ಲಿ ದಿವ್ಯಶಕ್ತಿಯು ಹರಿಯುತಿರುವುದನ್ನು ಸಂಭವಿಸಿ.
- ಕೈಗಳ / ಹಸ್ತಗಳ ಮಧ್ಯ 4ನೇ ಚಿಹ್ನೆ ಮಾಸ್ಟರ್ ಸಿಂಬಲ್ಲು ಬರೆದುಕೊಳ್ಳಿ.
- ನಿಮ್ಮ ಕೈಗಳಿಂದ ಅಲ್ಲಿಗೆ ರೇಖಿ ಶಕ್ತಿ ಹರಿಯುತ್ತಿರುವುದನ್ನು 1 ರಿಂದ 2 ನಿಮಿಷ ಮಾನಸೀಕವಾಗಿ ನೋಡಿರಿ.
- ಈ ಚಿಹ್ನೆ ಸಾಕಷ್ಟು ಶಕ್ತಿಯನ್ನು ಹೀರಿಕೊಂಡು ಬೃಹದಾಕಾರವಾಗಿ ಬೆಳೆಯುತ್ತಿರುವುದನ್ನು ಮಾನಸಿಕವಾಗಿ ನೋಡಿ.
- ಈಗ ಅವುಗಳನ್ನು ತೆಗೆದು ಆಕಾರದಲ್ಲಿ ಶೇಖರಿಸಿ ಇಟ್ಟುಕೊಳ್ಳಿ.

- ಇದರಂತೆಯೇ ಉಳಿದ ಚಿಹ್ನೆಗಳನ್ನು ಸಹ ಶಕ್ತಿಯುತಗೊಳಿಸಿ ನಂತರ ಅವುಗಳನ್ನು ಸಹ ಆಕಾರದಲ್ಲಿ ಇಟ್ಟುಕೊಳ್ಳಿ.
- ನೀವು ಪ್ರತೀ ಸಲ ಬಿಡುವಿನ ಸಮಯದಲ್ಲಿ ಆಕಾರದಲ್ಲಿ ಶೇಖರಿಸಿರುವ ಚಿಹ್ನೆಗಳಿಗೆ ಶಕ್ತಿ ನೀಡಿರಿ.

ಶಕ್ತಿಯುತವಾದ ನಂತರ ಹೀಲಿಂಗ್ ಮಾಡುವ ರೀತಿ

ಸಮಸ್ಯೆಯು ನಿಮ್ಮದೇ ಆಗಿದ್ದಲ್ಲಿ, ಇಲ್ಲವೇ ನಿಮ್ಮಲ್ಲಿ ಹೀಲಿಂಗ್ ಬಯಸಿ ಬರುವವರದು ಆಗಿದ್ದಲ್ಲಿ ಆ ವ್ಯಕ್ತಿಯ / ನಿಮ್ಮ ಯೋಜನೆ ಇಲ್ಲಿದೇ ಖಾಯಿಲೆ ಇಲ್ಲವೇ ಗುರಿ, ಅನಾರೋಗ್ಯ ಯಾವುದೇ ಆಗಿದ್ದರೂ ಅದರ ಸುತ್ತಲೂ ಈ ಚಿಹ್ನೆಗಳನ್ನು ಬಳಸಬಹುದು. ಈ ಮೇಲಿನದರಲ್ಲಿ ಯಾವುದಾದರೂ ಆಗಿರಲಿ ಅದನ್ನು ಮಾನಸಿಕವಾಗಿ ನೋಡಿ ಈಗಾಗಲೇ ನೀವು ಆಕಾಶದಲ್ಲಿ ಶಕ್ತಿಯುತಗೊಳಿಸಿದ ಚಿಹ್ನೆಗಳನ್ನು 4.1.2.3. ನ್ನು ಯೋಜನೆ, ಗುರಿ, ಅನಾರೋಗ್ಯ, ಸಮಸ್ಯೆ ಯಾವುದೇ ಆಗಲಿ, ಅದರ ಸುತ್ತಲೂ ಈ ಚಿಹ್ನೆಗಳನ್ನು ಇಡಿರಿ. 4ನೇ ಚಿಹ್ನೆಯನ್ನು ಮೇಲೆ 1ನೇ ಚಿಹ್ನೆಯನ್ನು ಎಡಭಾಗ 2ನೇ ಚಿಹ್ನೆಯನ್ನು ಕೆಳಗೆ 3ನೇ ಚಿಹ್ನೆಯನ್ನು ಬಲಕ್ಕೆ ಇಡಿರಿ ಈಗ ಮನಸ್ಸಿನಿಂದಲೇ ಅವುಗಳನ್ನು ನೋಡುತ್ತಾ, ರೇಖಿ ಶಕ್ತಿಯು ಆ ವ್ಯಕ್ತಿಯ ಸುತ್ತಲೂ ಯೋಜನೆ / ಗುರಿ ಅನಾರೋಗ್ಯದ ಸುತ್ತಲೂ ಹರಿಯುತ್ತಿದ್ದು. ಅದರಿಂದ ಗುಣ ಮುಖ ವಾಗಿರುವುದನ್ನು ಮಾನಸಿಕವಾಗಿ ನೋಡಿ ಅದರಿಂದ ಉತ್ತಮ ಫಲಿತಾಂಶ ಬಂದಿರುವಂತೆ ಭಾವಿಸಿ. ಈಗ ಚಿಹ್ನೆಗಳೊಂದಿಗೆ ಮಾನಸೀಕವಾಗಿ ಮಾತನಾಡಿ ನೀನು ಆ ಯೋಜನೆಯ / ವ್ಯಕ್ತಿಯ / ಗುರಿಯ ಜೊತೆಗೆ ಎಷ್ಟು ಸಮಯ ಬೇಕು ಅಷ್ಟು ಕಾಲ ಅಲ್ಲೆ ಇದ್ದು ಅದನ್ನು ನೆರವೇರಿಸು ಎಂದು ಪ್ರಾರ್ಥಿಸುತ್ತಾ ಅದನ್ನು ಆಕಾಶಕ್ಕೆ ಹಾರಿಬಿಡಿ ಮತ್ತು ಕೃತಘ್ನತೆಗಳನ್ನು ಅರ್ಪಿಸಿ.

ಈ ವಿಧಾನವನ್ನು ನೀವು ಯಾವ ಸಮಯದಲ್ಲಿ ಬೇಕಿದ್ದರೂ ಮಾಡಬಹುದು. ಹೀಲಿಂಗ್ ಮಾಡುವ ಸಮಯದಲ್ಲಾಗಲೀ ಇಲ್ಲವೇ ಪ್ರಯಾಣಿಸುತ್ತಿರುವಾಗಾಗಲೀ ಮಾಡಬಹುದು. ಇದನ್ನು ಯಾವುದೇ ವ್ಯಕ್ತಿಗೆ/ಯ ನಿಮ್ಮದೇ ಗುರಿಗಳಿಗೂ ಹೀಗೆ ಮಾಡಬಹುದು. ಇದನ್ನು ಪ್ರತೀ ದಿನ ಮಾಡುತ್ತಿದ್ದಂತೆ ಬಹುಬೇಗ ಉತ್ತಮ ಫಲಿತಾಂಶ ನೀರೀಕ್ಷಿಸಬಹುದು. ನೀವು ಈ ರೀತಿ ಹೀಲಿಂಗ್ ಮಾಡುವಾಗ ರೇಖಿ ಶಕ್ತಿ ನಿನಗೆ ಧನ್ಯವಾದಗಳು ನಿನ್ನ ಇಚ್ಚೆಯೇ ನೆರವೇರಲಿ ಎಂದಾಗಲೀ ಅಥವಾ ಅಂದುಕೊಂಡಿರುವ ಯೋಜನೆಯು ಒಳ್ಳೆಯದಾಗುವುದಿದ್ದರೆ ಮಾತ್ರವೇ ನೆರವೇರಲಿ ಎಂದು ಪ್ರಾರ್ಥಿಸಿ. ಏಕೆಂದರೆ ನಮ್ಮ ಅವಶ್ಯಕತೆಗಳಿಗೆ ಸ್ಪಂದಿಸುವ ಶಕ್ತಿಯು ರೇಖಿ ಶಕ್ತಿಗೆ ಇದ್ದರೂ ನಮಗೆ ಬಯಸಿದ ಯೋಜನೆ ಅನಷ್ಟಾನವಾದರೆ ಅದರಿಂದ ಕೆಡುಕಾಗುವುದು ಎಂದಾದರೆ ರೇಖಿಯು ಅದನ್ನು ನೆರವೇರಿಸುವುದಿಲ್ಲ. ಈ ವಿಶ್ವ ಶಕ್ತಿಯು ಒಂದು ಪ್ರೇಮ ಶಕ್ತಿ ಮತ್ತು ದಿವ್ಯ ಶಕ್ತಿ.

ನಿಮಗೆ ಕಲ್ಪನೆ ಮಾಡಿಕೊಳ್ಳಲು ಸಾಧ್ಯವಾಗದೇ ಹೋದರೆ, ಒಂದು ಕಾಗದದ ಮೇಲೆ ಚಿಹ್ನೆಯನ್ನು ಕ್ರಮದಂತೆ ಬರೆದು ಆ ಕಾಗದದ ಚೀಟಿಯನ್ನು ಕೈಗಳ ಮಧ್ಯೆ ಸಂಕಲ್ಪ

ಮುದ್ರೆಯಲ್ಲಿರಿಸಿ ರೇಕಿ ಶಕ್ತಿಯು ಅದರ ಸುತ್ತಲೂ ಆವರಿಸಿರುವಂತೆ ಭಾವಿಸಿ ಅಲ್ಲಿಂದ ಆಕಾಶಕ್ಕೆ ಹಾರಿಬಿಡುವಂತೆ ಕಲ್ಪನೆ ಮಾಡಿರಿ, ಕೃತಜ್ಞತೆ ಸಲ್ಲಿಸಿ.

ಒಂದೇ ಸಲ ತುಂಬಾ ಜನ ಹೀಲಿಂಗ್ ಬಯಸಿ ಬಂದವರಾಗಿದ್ದರೆ ಅಥವಾ ನಮ್ಮದೇ ಬಯಕೆಗಳು ಒಂದಕ್ಕಿಂತ ಹೆಚ್ಚಿದ್ದರೂ ಅವುಗಳಿಗೆಲ್ಲಾ ಮೇಲಿನ ರೀತಿಯಲ್ಲಿಯೇ ಹೀಲ್ ಮಾಡಬಹುದು ಆಕಾಶದಲ್ಲಿ ಶಕ್ತಿಯುತಗೊಳಿಸಿದ ಚಿಹ್ನೆಗಳು ನೀವು ವಿಶ್ವಶಕ್ತಿಗೆ ಧನ್ಯವಾದ ಹೇಳುವವರೆಗೂ ಅಲ್ಲಿಯೇ ಇರುತ್ತದೆ, ಹೀಗಾಗಿ ರೇಕಿ ಚಿಹ್ನೆಗಳನ್ನು ಪ್ರತಿಯೊಬ್ಬರಿಗೂ ಶಕ್ತಿಯುತಗೊಳಿಸುವ ಅಗತ್ಯವಿಲ್ಲ.

16

ಪಿರಮಿಡ್ ರಕ್ಷಾಕವಚ
(Shield)

- ನೀವು ಒಂದು ಬಹುದೊಡ್ಡ ಪಿರಮಿಡ್ನ ಒಳಗೆ ಇದ್ದೀರಿ ಎಂದುಕೊಳ್ಳಿ

- ಪಿರಮಿಡ್ ನೊಂದಿಗೆ ಮಾನಸಕವಾಗಿ ಹೇಳಿ :- ನಿನ್ನನ್ನು ಸರಿಯಾದ ಪ್ರಾಕೃತಿಕ ಆಕಾರದಲ್ಲಿ ನಿರ್ಮಿಸಲಾಗಿದ್ದುಸರಿಯಾದ ಅಳತೆಯಿಂದ ಕೂಡಿದೆ. ನೀನು ಇದರಲ್ಲಿ ಕೇವಲ ದೈವಿಕ ಶಕ್ತಿಯನ್ನು ಮಾತ್ರ ಸೇರಿಸು, ಯಾವುದೇ ದುಷ್ಟಶಕ್ತಿ ಕೆಟ್ಟ ಶಕ್ತಿಯನ್ನುಒಳಗಡೆ ಸೇರಿಸಬೇಡ ನನ್ನಿಂದ ಇರುವ ಕೆಟ್ಟ / ದುಷ್ಟ ಶಕ್ತಿ / ಕೆಟ್ಟ ಯೋಚನೆಗಳು ಹೊರಗೆ ಹೋಗಬೇಕೆಂದರೆ ಅವಕಾಶ ಮಾಡಿಕೊಡು ಎಂದು ಹೇಳಿರಿ, ನೀನು ನನ್ನ ಜೊತೆಗೆ ಇದ್ದು ನನ್ನನ್ನು ರಕ್ಷಿಸು ಎಂದು ಸಹ ಪ್ರಾರ್ಥಿಸಿ.

- ಈಗ ಪಿರಮಿಡ್ ಒಳಗೆ ಸಂಪೂರ್ಣವಾಗಿ ಬಿಳಿ ಬೆಳಕಿನ ಶಕ್ತಿ ಅವರಿಸಿಕೊಂಡು ನೀವು ಅಮೃದ್ಧವಾಗಿದ್ದೀರೆಂದು ಭಾವಿಸಿ.

- ಈ ತಂತ್ರವನ್ನು ನೀವು ಇಷ್ಟ ಪಡುವವರಿಗೆ / ಬೆಲೆಬಾಳುವ ವಸ್ತುಗಳಿಗೆ / ಯೋಜನೆಗಳಿಗೆ / ಗುರಿಗಳಿಗೆ ಸಹ ಮಾಡುಬಹುದು.

- ಪಿರಮಿಡ್ನ 10 ಕಡೆ 4,123 ನ್ನು [ಚೊಕುರೆ ಮಾತ್ರವೇ ಸಮಯವಿಲ್ಲದಿದ್ದರೆ] ಬಳಸಿ.

ಪಿರಮಿಡ್ ಮುಖೇನ ಗುರಿಗಳನ್ನು ಭದ್ರ ಪಡಿಸುವಿಕೆ

ಹೀಲಿಂಗ್ ಅಗತ್ಯವಿರುವ ವ್ಯಕ್ತಿ ಅಥವಾ ಅವನ ಯೋಜನೆ ಪರಮಿಡ್ನ ಒಳಗೆ ಇದೆಯೆಂದು ಭಾವಿಸಿ, ಮಾನಸೀಕವಾಗಿ 4,1,2,3,ನ್ನು ಪಿರಮಿಡ್ ತುದಿಗೆ (APEX) ಬರೆದು ಅವುಗಳ ಹೆಸರನ್ನು ಒಂದೊಂದು ಚಿಹ್ನೆ ಬರೆದಂತೆಯೂ 3 ಸಲ ಹೇಳಿರಿ,

ಮತ್ತೆ 4 ಪಿರಮಿಡ್ನ ಮೂಲೆಗಳಿಗೂ 4 ಪಿರಮಿಡ್ ಗೋಡೆಗಳಿಗೂ ಭೂಮಿಗೂ ಈ ಚಿಹ್ನೆಗಳನ್ನು ಬರೆಯಿರಿ [ಮಾನಸಿಕವಾಗಿ ಇಲ್ಲವೇ ಕೈಗಳನ್ನು ಉಪಯೋಗಿಸಿಕೊಂಡು, 2 ಬೆರಳಿಂದ ಇಲ್ಲವೇ ಎಲ್ಲಾ ಬೆರಳುಗಳಿಂದ ಬರೆಯಿರಿ. ಒಂದೇ ಬೆರಳಿನಲ್ಲಿ ಬರೆಯಬಾರದು]

ಈಗ ರೇಖಿ ಶಕ್ತಿಯಿಂದ ಆ ವ್ಯಕ್ತಿ / ನಿಮಗೆ ಇರುವ ಸಮಸ್ಯೆಗಳಲ್ಲಿ ಗುಣವಾಗಿದೆ ಎಂದು ಭಾವಿಸಿ, ಮತ್ತೆ ವಿಶ್ವಶಕ್ತಿಗೆ ಹೀಗೆ ಪ್ರಾರ್ಥಿಸಿ. ನೀನು ಇಲ್ಲಿ ಎಷ್ಟು ಕಾಲ ಬೇಕೋ ಅಲ್ಲಿಯವರೆಗೆ ಇದ್ದು ಆ ವ್ಯಕ್ತಿಯನ್ನು/ ಯೋಜನೆಯನ್ನು / ಗುರಿಯನ್ನು / ನಿಮ್ಮನ್ನು ರಕ್ಷಿಸು. ರೇಖಿ ಶಕ್ತಿ ನಿನಗೆ ಧನ್ಯವಾದಗಳು, ನಿನ್ನ ಇಚ್ಛೆಯೇ ನೆರವೇರಲಿ ಎಂದು ಪ್ರಾರ್ಥಿಸಿ

Follow Instruction

17
ಸೈಕಿಕ್ ಸರ್ಜರಿ

ವ್ಯಕ್ತಿಯ ಕೆಟ್ಟ ಶಕ್ತಿಗಳು / ಬೇಡದ ನೆನಪುಗಳು / ಶಾಪ / ಕೆಟ್ಟ ಭಾವನೆ ಇವೆಲ್ಲವೂ ರೇಖಿ ಶಕ್ತಿಯ ಹರಿವಿಗೆ ತಡೆಯಾಗಿರುತ್ತದೆ. ಇವುಗಳು ಮನುಷ್ಯನ ಸುತ್ತಲೂ / ಚಕ್ರಗಳಲ್ಲಿ ಆಕಾರದಲ್ಲಿ ಸೇರಿಕೊಂಡಿರುತ್ತದೆ, ಇದಕ್ಕೆ ಸೈಕಿಕ್ ಸರ್ಜರಿ ಮಾಡುವುದರ ಮುಖಾಂತರ ಗುಣಪಡಿಸಬಹುದು ಈ ವಿಶೇಷ ಹೀಲಿಂಗ್ ಸರ್ಜರಿಯಿಂದ ದೈಹಿಕ ಸಮಸ್ಯೆ / ಹಣಕಾಸಿನ ಸಮಸ್ಯೆ ಭಾವನಾತ್ಮಕ ಸಮಸ್ಯೆ, ಸಂಬಂಧಗಳಲ್ಲಿ ಒಡಕು ಎಲ್ಲವನ್ನು ಗುಣಪಡಿಸಬಹುದು. ಇದು ವ್ಯಕ್ತಿಯ ಸಮ್ಮುಖದಲ್ಲಿ ಅಷ್ಟೇ ಅಲ್ಲದೇ ದೂರ ಚಿಕಿತ್ಸಾ ತಂತ್ರವನ್ನು ಬಳಸುವುದರ ಮುಖಾಂತರ ಕೂಡ ಗುಣಪಡಿಸಬಹುದು. ಕೆಲವು ವಿಚಿತ್ರ ಧೀರ್ಘಕಾಲಿನ ಸಮಸ್ಯೆಗಳಿಗೆ ಹೀಲಿಂಗ್ ಮಾಡುವ ಮೊದಲು ಸೈಕಿಕ್ ಸರ್ಜರಿ ಮಾಡುವುದು ಪರಿಣಾಮಕಾರಿ.

ಸೈಕಿಕ್ ಸರ್ಜರಿ ಮಾಡುವ ವಿಧಾನ

- ವ್ಯಕ್ತಿಯ / ನಿಮ್ಮ / ಸಮಸ್ಯೆ ಮೇಲೆ ಗಮನಹರಿಸಿ, ದೇಶದ ಯಾವ ಭಾಗದಲ್ಲಿ ಸಮಸ್ಯೆಯಿದೆಯೆಂದು ಕೇಳಿ. ಇಲ್ಲವೇ ಗುರುತಿಸಲಾಗದಿದ್ದಲ್ಲಿ (Negative Energy) ಪ್ರಮಾಣ ಎಷ್ಟು ಪ್ರಮಾಣ (100% ನಲ್ಲಿ) ಇದೆ ಎಂದು ಕೇಳಿರಿ. ನಂತರ ಅವರ(Negative Energy) ಹತ್ತಿರ ಗಮನ ಹರಿಸಲು ಹೇಳಿ.
- ಈಗ ನಿಮ್ಮ (subject) ನ ಮುಂದೆ ನಿಂತುಕೊಂಡು ರೇಖಿ ಮಾಸ್ಟರ್ ಚಿಕಿತ್ಸೆಯನ್ನು [4 ನೇ ಚಿಹ್ನೆ] ನಿಮ್ಮಹಸ್ತದ ಮೇಲೆ ಬರೆದುಕೊಂಡು ಅದರ ಹೆಸರನ್ನು ಮನಸ್ಸಲ್ಲಿ 3 ಬಾರಿ ಹೇಳಿರಿ, ಇದೇ ರೀತಿ 1,2,3, ನೇ ಚಿಕಿತ್ಸೆಯನ್ನು ನಿಮ್ಮ ಹಸ್ತದ ಮೇಲೆ ಬರೆದುಕೊಂಡು 3 ಬಾರಿ ಚಿಹ್ನೆಗಳ ಹೆಸರು ಹೇಳಿರಿ. ಈಗ ನಿಮ್ಮದೇಹ ಹಾಗೂ ಆರಾ ಬಹಳ ಶಕ್ತಿಯುತ ಆಗಿರುವುದನ್ನು ಗಮನಿಸಿ ಅನುಭವಿಸಿ.

- ಒಂದು ಕೈ ಸಹಾಯದಿಂದ ಇನ್ನೊಂದು ಕೈನ ಬೆರಳುಗಳನ್ನು ಉದ್ದವಾಗಿ ಎಳೆಯುವಂತೆ ಭಾವಿಸಿ, ಈಗ ನಿಮ್ಮ ಬೆರಳುಗಳ ತುದಿಯಿಂದ ರೇಕಿ ಶಕ್ತಿಯು 8-10 ಇಂಚುಗಳಷ್ಟು ಉದ್ದವಾಗಿದೆ ಎಂದು ಭಾವಿಸಿ. ಈಗ ನಿಮ್ಮ ಅರ್ಧ ತುಟಿ ಮುಚ್ಚಿ ಗಾಳಿಯನ್ನು ಹೇರುತ್ತಾ ಮತ್ತೊಂದು ಕೈಯಿಂದ ರೇಕಿ ಹರಿಯುತ್ತಿರುವ ಬೆರಳುಗಳನ್ನು ಮುಟ್ಟಿಸಿ, ಆ ಶಕ್ತಿ ಹರಿಯುವುದನ್ನು ಗಮನಿಸಿ, ಇಲ್ಲಿ ಚಿಹ್ನೆ 1 ನ್ನುಬರೆದು ಅದರ ಹೆಸರು ಹೇಳಿ

- ನೀವೀಗ ಮಾಡುತ್ತಿರುವ ಹೀಲಿಂಗ್ ಬಹಳ ಪ್ರಭಾವಶಾಲಿಯಾಗಲೀ ಎಂದು ನಿಮ್ಮ ಇಷ್ಟದೇವರನ್ನು ಪ್ರಾರ್ಥಿಸಿ.

- ನಿಮ್ಮ subject ಗುರುತಿಸಿರುವ (Negative Energy) ಜಾಗದ ಮೇಲೆ ಮಾನಸಿಕವಾಗಿ ಚಿಹ್ನೆ 1 ನ್ನು ಬರೆಯಿರಿ.

- ನೀವೀಗ ಭದ್ರವಾದ ಭಾಗಿಯಲ್ಲಿ ನಿಂತುಕೊಂಡು ನೀವು ಪ್ರಭಾವಿಕರಿಸಿದ ಎಲ್ಲಾ ಶಕ್ತಿಯನ್ನು ಬಳಸಿಕೊಂಡು (Negative Energy) ಯನ್ನು ನೀವು ಭಾವಿಸಿದ ಉದ್ದನೆಯ ಬೆರಳುಗಳಲ್ಲಿ ಎಳೆದುಕೊಳ್ಳುವಂತೆ ಕಲ್ಪಿಸಿ. ಈ ರೀತಿ ಮಾಡುವಾಗ ಅರ್ಧ ಮುಚ್ಚಿದ ತುಟಿಗಳಿಂದ ಜೋರಾಗಿ ಉಸಿರನ್ನು ಎಳೆದುಕೊಳ್ಳುವ (Negative Energy) ರೇಕಿ ಬೆರಳಿನೊಳಗೆ ಹೊರತು ನಿಮ್ಮ ಶ್ವಾಸಕೋಶಕ್ಕಲ್ಲಾ ಎಂಬುದು ನೆನಪಿಡಿ.

- ಈ ರೀತಿ ಹೀರಿಕೊಂಡ (Negative Energy) ಯನ್ನು ಭಗವಂತನಿಗೆ ಕೊಟ್ಟುಬಿಡಿ, ಇದನ್ನು ಬಾಯಿಂದ ಉಫ್ ಎಂದು ಹೊರಹಾಕಿ, ಇದನ್ನು ಪುನರಾವರ್ತಿಸುತ್ತಾ ಹೋಗಿ, ಇದನ್ನು ಮುಂದುವರಿಸುತ್ತಾ ಹೋದಂತೆ ಆ ಜಾಗದಲ್ಲಿ / ನೋವಿರುವ ಸ್ಥಳದಲ್ಲಿ ಸುಧಾರಣೆ ಕಾಣುವಿರಿ.

- ಆ ಋಣಾತ್ಮಕ ಶಕ್ತಿಯೊಡಿಗೆ ಮಾನಸೀಕವಾಗಿ ಮಾತನಾಡಿ, ಅದು ಯಾವುದಾದರೂ ಅನುಭವ ಮತ್ತುಪಾಠ ಕಲಿಸಲು ಬಂದಿದ್ದರೆ ಹೀಗೆಹೇಳಿ :- ಈಗ ಈ ವ್ಯಕ್ತಿ ಈ ಅನುಭವದಿಂದ ಪಾಠ ಕಲಿತಿದ್ದಾನೆ, ದಯವಿಟ್ಟು ಇವನನ್ನು ಬಿಟ್ಟು ಹೋಗು ಎಂದು ಪ್ರಾರ್ಥಿಸಿ.

- (Negative Energy) ಖಾಲಿಯಾದ ಹಾಗೇ ಅಲ್ಲಿ ಒಳ್ಳೆಯ ರೇಕಿ ಶಕ್ತಿಯನ್ನು ತುಂಬಿರಿ. ಕೊನೆಯಲ್ಲಿ ರೇಕಿ 1 ನೇ ಚಿಹ್ನೆಯನ್ನು ಬರೆದು ಸೀಲ್ ಮಾಡಿರಿ.

- ನೀವು ನಿಮ್ಮದೇ (Photo) ಗೆ ವಿಧಾನ ಅನುಸರಿಸುವುದರಿಂದ ನಿಮ್ಮಲ್ಲಿ ಬಹಳಷ್ಟು (Negative Energy) ಗಳನ್ನು ಖಾಲಿ ಮಾಡಿಕೊಳ್ಳಬಹುದು.

18
ರೇಖಿ ಗ್ರಿಡ್

ಇದು ಶ್ರೀ ಚಕ್ರದ ರೀತಿ (Self Energy Generating System) ಆಗಿದೆ, ಇದು ನಿಮ್ಮ ಬಹುದಿನದ ಬೇಡಿಕೆಗಳು ದೊಡ್ಡ ಯೋಜನೆಗಳಿಗೆ ಅಥವಾ ಸಣ್ಣವಿಷಯಗಳಿಗೂ ಸಹ ಬಳಸಬಹುದು.

ಇಲ್ಲಿ 6 ಪೆನ್ಸಿಲ್ ಕ್ರಿಸ್ಟಲ್ಗಳ ಜೊತೆ ಒಂದು ಪಿರಮಿಡ್ ಕ್ರಿಸ್ಟಲ್ಗಳನ್ನು ಇಟ್ಟರೆ ರೇಖಿ ಗ್ರಿಡ್ ಆಗುತ್ತದೆ ಇದನ್ನು ಅಂತಃಕರ್ಣ ಗ್ರಿಡ್ ಎಂತಲೂ ಕರೆಯುತ್ತಾರೆ. ಇದಕ್ಕೆ ಮಾಸ್ಟರ್ ಕ್ರಿಸ್ಟಲ್ನು ಬಳಸಿ ಅದರ ಸಹಾಯದಿಂದ ಶಕ್ತಿಯನ್ನು ತುಂಬುವುದರ ಮುಖಾಂತರ 48 ಘಂಟೆಗಳು ಸತತವಾಗಿ ವಿಶ್ವಶಕ್ತಿ ಹರಿಯುವಂತೆ ಮಾಡಬಹುದು.

ಈ ಅಂತಃಕರಣದ ಮೇಲೆ ಔಷಧ, ಹಣ್ಣು, ತರಕಾರಿಯನ್ನು ಸಹ ಇಡಬಹುದು, ನಿದ್ದೆ ಬಾರದಿದ್ದರೆ ತಲೆದಿಂಬಿನ ಕೆಳಗೆ ಇಟ್ಟರೆ, ಆರಾಮವಾಗಿ ನಿದ್ದೆ ಬರುತ್ತದೆ, ಇಲ್ಲಿ Male & Female ಎಂಬ ಅಂತಃಕರ್ಣಗಳಿಸಿ, ನೀವು ಯಾವುದಾದರೂ ಒಂದನ್ನು ಬಳಸಬಹುದು. ನಿಮಗೇ ಅಲ್ಲದೇ ನೀವು ಇತರರಿಗೆ ಅವರ ಗುರಿಗೂ ಮಾಡಬಹುದು.

ರೇಖಿ ಕ್ರಿಸ್ಟಲ್ ಹೀಲಿಂಗ್ ಗ್ರಿಡ್

6 ಪೆನ್ಸಿಲ್ ಕ್ರಿಸ್ಟಲ್ 1 ಮಾಸ್ಟರ್ ಕ್ರಿಸ್ಟಲ್, 1 ಪಿರಮಿಡ್ ಕ್ರಿಸ್ಟಲ್ 1 ಅಂತಃಕರಣ ಬೇಕು.

ಎಲ್ಲಾ ಕ್ರಿಸ್ಟಲ್ಗಳನ್ನು ಉಪ್ಪು ನೀರಿನಲ್ಲಿ / ಹರಿಯುವ ನೀರಿನಲ್ಲಿ ತೊಳೆಯಿರಿ.

ನೀವು ಮಾತ್ರ ಉಪಯೋಗಿಸುವಂತಹ ಯಾರೂ ಕದಲಿಸದಂತಹ ಜಾಗದಲ್ಲಿ / ಪೂಜಾಸ್ಥಳದಲ್ಲಿ ಇಟ್ಟು ಮಾಡಬಹುದು. ಗುರಿ ಯಶಸ್ವಿಯಾಗುವವರೆಗೆ ಇಲ್ಲವೇ (21 x 3 ಸಲ = 63 ದಿನ) ವರೆಗೆ ಯಾರೂ ಕದಲಿಸಬಾರದು.

Image Courtesy Pintrest

ರೇಖಿ ಕ್ರಿಸ್ಟಲ್ ಚಾರ್ಜಿಂಗ್ ವಿಧಾನ

1. ನಿಮ್ಮ ಸಮಸ್ಯೆಯನ್ನು / ಚೀಟಿಯಲ್ಲಿ ಬರೆಯಬಹುದು ಇಲ್ಲವೇ Photo ಸಹ ಬಳಸಬಹುದು.

2. Energy Invoke ಮಾಡಿ ಪಿರಮಿಡ್ ಕ್ರಿಸ್ಟಲ್ನ್ನು ಹಸ್ತಗಳ ನಡುವೆ ಇರಿಸಿ ಅದಕ್ಕೆ ಶಕ್ತಿ ನೀಡಿ ನಂತರ ಅದನ್ನು Photo ಇಲ್ಲವೇ ಯೋಜನೆಯ ಚೀಟಿ ಮೇಲಿಡಿ.

3. 6 ಪೆನ್ಸಿಲ್ ಕ್ರಿಸ್ಟಲ್‌ಗಳನ್ನು ಹಸ್ತಗಳ ನಡುವೆ ಇರಿಸಿ ರೇಖಿ ಶಕ್ತಿ ಕೊಟ್ಟು ಪೆನ್ಸಿಲ್ ತುದಿ ಪಿರಮಿಡ್ ಕಡೆ ಬರುವಂತೆ ಸುತ್ತಲೂ ಜೋಡಿಸಿ.

4. ಈಗ ಮಾಸ್ಟರ್ ಕ್ರಿಸ್ಟಲ್ನ್ನು ನಿಮ್ಮ ಹಸ್ತಗಳ ಮಧ್ಯೆ ಇರಿಸಿ ಕೆಲವು ನಿಮಿಷ ರೇಖಿ ಶಕ್ತಿಯನ್ನು ನೀಡಿ, ಒಂದಾದ ನಂತರ ಮತ್ತೊಂದರಂತೆ 6 ಪೆನ್ಸಿಲ್ ಕ್ರಿಸ್ಟಲ್‌ಗಳಿಗೆ ತಾಕಿಸದಂತೆ 2-3 ನಿಮಿಷ ರೇಖಿ ಶಕ್ತಿ ನೀಡಿರಿ.

5. ಇಲ್ಲಿ ಮಾಸ್ಟರ್ ಕ್ರಿಸ್ಟಲ್ ಯಾವುದೇ ಪೆನ್ಸಿಲ್ ಕ್ರಿಸ್ಟಲ್‌ಗಳಿಗೆ ತಾಕಿಸದಂತೆ ಸ್ವಲ್ಪ ಮೆಲಿನಿಂದ ರೇಖಿ ಶಕ್ತಿಯನ್ನು ನೀಡಿರಿ.

6. ಮೊದಲನೇ ಪೆನ್ಸಿಲ್ ಕ್ರಿಸ್ಟಲ್ ಚಾರ್ಜ್ ಆದ (ರೇಖಿ ಶಕ್ತಿ ನಿಡಿದ) ನಂತರ ಪಿರಮಿಡ್ ಕ್ರಿಸ್ಟಲ್ಗೆ ರೇಖಿ ಶಕ್ತಿ ನೀಡಿರಿ, (ಅದರ ತುದಿಗೆ ಸ್ವಲ್ಪ ಮೇಲಿಂದ ತಾಕಿಸದಂತೆ) ಮತ್ತೆ 1ನೆಯ ಪೆನ್ಸಿಲ್ ಕ್ರಿಸ್ಟಲ್ಗೆ 2-3 ನಿಮಿಷ ರೇಖಿ ನೀಡಿ ಹೇಗೆ 2ನೆಯ ಪೆನ್ಸಿಲ್ಗೆ ಮುಂದುವರೆಸಿ.

1 ನೇ ಪೆನ್ಸಿಲ್ ಕ್ರಿಸ್ಟಲ್ - ಪಿರಮಿಡ್ ಕ್ರಿಸ್ಟಲ್ - 1 ನೇ ಪೆನ್ಸಿಲ್ ಕ್ರಿಸ್ಟಲ್

(2ನಿಮಿಷ) - (2ನಿಮಿಷ) - (2ನಿಮಿಷ)

2 ನೇ ಪೆನ್ಸಿಲ್ ಕ್ರಿಸ್ಟಲ್ - ಪಿರಮಿಡ್ ಕ್ರಿಸ್ಟಲ್ – 2 ನೇ ಪೆನ್ಸಿಲ್ ಕ್ರಿಸ್ಟಲ್

(2ನಿಮಿಷ) - (2ನಿಮಿಷ) - (2ನಿಮಿಷ)

3 ನೇ ಪೆನ್ಸಿಲ್ ಕ್ರಿಸ್ಟಲ್ - ಪಿರಮಿಡ್ ಕ್ರಿಸ್ಟಲ್ – 3 ನೇ ಪೆನ್ಸಿಲ್ ಕ್ರಿಸ್ಟಲ್

(2ನಿಮಿಷ) - (2ನಿಮಿಷ) - (2ನಿಮಿಷ)

ಹೀಗೆ ಮುಂದುವರಿಸುವಾಗ Negative Energy (ಗಡಿಯಾರದ ವಿರುದ್ಧ ದಿಕ್ಕು) ನಲ್ಲಿ ಮಾಡಿರಿ, ಹೀಗೆ ಮಾಡುವಾಗ ಮಾಸ್ಟರ್ ಕ್ರಿಸ್ಟಲ್ ಯಾವ ಪೆನ್ಸಿಲ್‌ಗಗಲೀ ಅಥವಾ ಪಿರಮಿಡ್‌ಗಗಲೀ ತಾಕಬಾರದು, ಹಾಗೇನಾರೂ ತಾಕಿದಲ್ಲಿ ಅವುಗಳು ಶಕ್ತಿ ಸಂಪರ್ಕ ಕಡಿತವಾಗುತ್ತದೆ. ಹೀಗೆ ಅಚಾನಕ್ಕಾಗಿ ಆದಲ್ಲಿ (ತಾಕಿದಲ್ಲಿ) ಪುನಃ ಅವುಗಳನ್ನು ಉಪ್ಪು ನೀರಲ್ಲಿ/ಹರಿಯುವ ನೀರಿನಲ್ಲಿ ತೊಳೆದು ಮೊದಲಿನಂತೆ ಮಾಡಬೇಕು.

ಹೀಗೆ ಚಾರ್ಜ್ ಮಾಡಿದ ನಂತರ ಮಾಸ್ಟರ್ ಕ್ರಿಸ್ಟಲ್ಲನ್ನು ಸ್ವಲ್ಪ ದೂರದಲ್ಲಿ ತೆಗೆದಿಡಿ, ಈ ಅಂತಃಕರಣ ರೇಖಿ ಚಾರ್ಜ್ ಗ್ರಿಡ್ಗೆ ನಿರಂತರವಾಗಿ 48 ಗಂಟೆಗಳು ಹರಿಯುವ ಸಾಮರ್ಥ್ಯ ವಿದ್ದರೂ, 24 ಗಂಟೆಗಳಿಗೋಮ್ಮೆ ಮಾಸ್ಟರ್ ಕ್ರಿಸ್ಟಲ್ಲಿಂದ ಶಕ್ತಿ ತುಂಬಿಸುವುದು ಉಪಕಾರಿ, ಪ್ರತಿದಿನ ಮಾಸ್ಟರ್ ಕ್ರಿಸ್ಟಲ್ಲಿಂದ ಮಾತ್ರ ಉಪಯೋಗಿಸುತ್ತಾ ನಿಮ್ಮ ಹಸ್ತಗಳ ನಡುವೆ ಇರಿಸಿ ರೇಖಿ ಶಕ್ತಿ ಕೊಟ್ಟು ಅದರ ಮುಖಾಂತರ ಎತರೆ ಕ್ರಿಸ್ಟಲ್ಲಳಿಗೆ (ಪೆನ್ಸಿಲ್, ಪಿರಮಿಡ್) ಗೆ ಶಕ್ತಿ ನೀಡಿರಿ, ಒಂದು ಕ್ರಿಸ್ಟಲ್ ಇನ್ನೊಂದು ಕ್ರಿಸ್ಟಲ್ಗೆ ತಾಗದಂತೆ ನೋಡಿಕೊಳ್ಳಿ.

ನೀವು ದಿನನಿತ್ಯ ಮಾಸ್ಟರ್ ಕ್ರಿಸ್ಟಲ್ಲನ್ನ ಹಿಡಿದು ಧ್ಯಾನ ಸಹ ಮಾಡಬಹುದು, ಬೇರೆ ಊರಿಗೆ ಹೋಗಬೇಕಾದರೆ ನಿಮ್ಮ ಅಂತಃಕರಣದ Photo ಮತ್ತು ಮಾಸ್ಟರ್ ಕ್ರಿಸ್ಟಲ್ ಜೊತೆಗೆ ತೆಗೆದುಕೊಂಡು ಹೋಗಿ, ನಿಮ್ಮ ಮಾಸ್ಟರ್ ಕ್ರಿಸ್ಟಲ್‌ನಂದ ಅಂತಃಕರಣದ ಭಾವಚಿತ್ರಕ್ಕೆ ಚಾರ್ಜ್ ಮಾಡಿ, ಆಗಲೂ ನಿಮ್ಮ ಮನೆಯಲ್ಲಿರುವದು ಚಾರ್ಜ್ ಆಗುತ್ತದೆ.

ಕೋರಿಕೆಗಳನ್ನು ಬರೆಯುವ ವಿಧಾನ (ಚೀಟಿಯಲ್ಲಿ / ಹಸ್ತಗಳ ನಡುವೆ)

ನಿಮ್ಮ ಕೋರಿಕೆಗಳು *SMARTER* ಆಗಿರಬೇಕು.

S - Specific

M - Measurable

A - Achievable

R - Realistic

T - Time bound

E - Evaluation

R - Reward

ನೀವು ಎಲ್ಲಾ ಆಸೆಗಳನ್ನು ಅದರ ಚೀಟಿಗಳನ್ನು ಒಟ್ಟಿಗೆ ಇಟ್ಟು ಸಹ ಸಿದ್ಧಿ ಮಾಡಿಕೊಳ್ಳಬಹುದು. ಯಾವ ಆಸೆಗೆ ಹೀಲ್ ಮಾಡಿತ್ತಿರುವಿರೋ, ಅದು ಆಗುತ್ತಿರುವ ಹಾಗೆ ಭಾವಿಸುತ್ತಿರಿ.

ಸಂದರ್ಶನಕ್ಕೆ ರೇಖಿ **(Interview)**

DD/MM/YYYY ರಂದು ನಡೆಯುವ ಸಂದರ್ಶನದಲ್ಲಿ ನಾನು ತುಂಬ ಚೆನ್ನಾಗಿ ಮಾಡಿ/ಉತ್ತರಿಸಿ, ಆ ಕೆಲಸ ನನಗೆ ದೊರೆತಿದೆ ರೇಖಿ ಶಕ್ತಿ ನಿನಗೆ ಧನ್ಯವಾದಗಳು, ನಿನ್ನ ಇಚ್ಛೆಯೇ ನೆರವೇರಲಿ.

ಕೊಟ್ಟ ಸಾಲ ಹಿಂದಕ್ಕೆ ಬರಲು

ಸಾಲ ಕೊಟ್ಟವರ ಹೆಸರು ಚೀಟಿಯಲ್ಲಿ ಬರೆದು ನನಗೆ ಬರಬೇಕಾದ ಸಾಲ ರೂ.........................ಹಿಂತಿರುಗಿಸಿದ್ದಾರೆ. ರೇಖಿ ನಿನಗೆ ಧನ್ಯವಾದಗಳು ನಿನ್ನ ಇಚ್ಛೆಯೇ ನೆರವೇರಲಿ.

ಚೆಕ್ ವಿಧಾನ

ಪಿರಮಿಡ್ಡ ಬಾಕ್ಸ್ ಒಳಗೆ ಚೆಕ್ ಹಾಕಿ ತರಗತಿಯಲ್ಲಿ ಹೇಳಿಕೊಟ್ಟಂತೆ ಮಾಡಿ.

ಸ್ವಭಾವ ಬಿಡಲು

ನಾನು ನನ್ನ ಈ...............ಸ್ವಭಾವವನ್ನು ಬಿಟ್ಟಿದ್ದೇನೆ, ನನ್ನ ಮನದ ತುಂಬೆಲ್ಲಾ, ಸಮರಸ್ಯ ಶಾಂತಿ ನೆಮ್ಮದಿಗಳ ತುಂಬಿದೆ.

ಧನ್ಯವಾದ ಹೇಳುವ ತಂತ್ರ

ಓ ನನ್ನ ದೇವರೇ ಈ..................... ಕೊಟ್ಟಿದ್ದಕ್ಕೆ ನಾನು ನಿನಗೆ ಚಿರಖುಣಿಯಾಗಿರುತ್ತೇನೆ ನಿನಗೆ ಧನ್ಯವಾದಗಳು

19
ಅಭ್ಯುದಯ

ನಿಮ್ಮ ಸಮಸ್ಯೆ ಏಕೆ ಬಂದಿದೆ ಎಂದು ನಿಮಗೆ ಗೊತ್ತು. ಹಾಗಾಗಿ ಕಷ್ಟಗಳಿಗೆ ಕೃತಜ್ಞತೆಗಳನ್ನು ಸಲ್ಲಿಸಿ, ಅವುಗಳು ನಿಮ್ಮ ಜೀವನದಲ್ಲಿ ನೀಡಿರುವ ಅನುಭವಕ್ಕೆ ಧನ್ಯವಾದ ತಿಳಿಸಿ, ಅದರಿಂದ ಕಲಿತ ಪಾಠವನ್ನು ಅದಕ್ಕೆ ಹೇಳಿರಿ ಮತ್ತು ಅದನ್ನು ನಿಮ್ಮಿಂದ ದೂರ ಹೋಗಲು ಪ್ರಾರ್ಥಿಸಿ.

4ನೇ ಚಿಹ್ನೆಯ ಆಧ್ಯಾತ್ಮಿಕ ಸೂಕ್ಷ್ಮ ಶರೀರಕ್ಕೆ ಹರಿಯುತ್ತದೆ. ಇದು ತನ್ನದೇ ಆದ ಸ್ವಯಂ ಪ್ರಜ್ಞೆ ಹೊಂದಿದ್ದು, ನಿಮ್ಮ ಜೀವನದ ಬಹುದಿನದ ಬಯಕೆಯನ್ನು ಈಡೇರಿಸಿಕೊಳ್ಳಲು ಸಹಾಯವಾಗುತ್ತದೆ.

ಮುಂದಿನ ಭಾಗ ರೇಖಿ 4ನೇ ಡಿಗ್ರಿ ರೇಖಿ ಎಂದು ಕರೆಯುತ್ತಾರೆ. ಇಲ್ಲಿ ಹೀಲಿಂಗ್ ಗುರು ದೀಕ್ಷೆಯ ಜೊತೆಯಲ್ಲಿ ಎಲ್ಲಾ ಭಾಗದ ರೇಖಿ ಗುರು ದೀಕ್ಷೆಯನ್ನು ನಿಮ್ಮ ವಿದ್ಯಾರ್ಥಿಗಳಿಗೆ ಹೇಳಿಕೊಡುವ ವಿಧಾನ ತಿಳಿಸಲಾಗುತ್ತದೆ. ಬಹು ದಿನದ ಕಷ್ಟಗಳನ್ನು ದೂರ ಮಾಡಿಕೊಳ್ಳಲು ಸಹ ಈ ರೇಖಿ 4ನ್ನು ಕಲಿಯಬಹುದು. ಆದರೆ ಇದು ಕಡ್ಡಾಯವೇನು ಇಲ್ಲ. ನೀವೀಗಾಗಲೇ ಕಲಿತಿರುವ ರೇಖಿ 1,2,3,ರಲ್ಲಿ ಅದ್ಭುತಗಳನ್ನು ಸಾಧಿಸಬಹುದು.

ಪ್ರತೀ ಸಲ ಹೀಲಿಂಗ್ ನಂತರ ನಿಮ್ಮ ಇಚ್ಛೆಯು ನಿಮಗೆ ಮತ್ತು ಇತರರಿಗೆ ಒಳ್ಳೆಯದಾಗುವುದಿದ್ದರೆ ಮಾತ್ರ ಅದು ನೆರವೇರಲಿ, ಎಂಬುದನ್ನು ರೇಖಿಗೆ ತಿಳಿಸಿ ಅದರ ಇಚ್ಛೆ ಸ್ವಾಮ್ಯತ್ವಕ್ಕೆ ಬಿಟ್ಟುಬಿಡಿ.

ಎಲ್ಲಾ ಚಿಹ್ನೆಗಳು ಪವಿತ್ರವಾದುದು ಮತ್ತು ರಹಸ್ಯವಾದುದು, ಚಿಹ್ನೆಯನ್ನು ಬರೆದು ಉಪಯೋಗಿಸಿದ ನಂತರ ಅದನ್ನು ಧಾರ್ಮಿಕವಾಗಿ ವಿಸರ್ಜನೆ ಮಾಡಿ.

ನೀವು ಯಾವುದೇ ಔಷಧಿ ತೆಗೆದುಕೊಳ್ಳುವುದು ನಿಲ್ಲಿಸಬಾರದು. ನಿಮ್ಮ ವೈದ್ಯರಿಗೆ ಸಹ ನಿಲ್ಲಿಸಲು ಹೇಳಬಾರದು. ಇದು ವೈದ್ಯಕೀಯಕ್ಕೆ ಪರ್ಯಾಯವಲ್ಲ, ಆದರೂ ಸಹ ವೈದ್ಯಕೀಯದಲ್ಲಿ ಬಗೆಯರಿಯದ ಎಷ್ಟೋ ಸಮಸ್ಯೆಗಳು ಇಲ್ಲಿ ಬಗೆಹರಿಯುವುದನ್ನು ಗಮನಿಸಲಾಗಿದೆ. ರೇಖಿಯನ್ನು ಬಳಸುತ್ತದ್ದಂತೆ ವೈದ್ಯರೇ ಔಷಧವನ್ನು ಕಡಿಮೆ ಮಾಡುವ ಸಾಧ್ಯತೆ ಇದೆ. ನೀವು ಯಾರಿಗೂ ಅದನ್ನು ನಿಲ್ಲಿಸುವಂತೆ ಹೇಳಬೇಡಿ.

ನೀವು ಗುಣಪಡಿಸುವವರಲ್ಲ, ನೀವು ಒಂದು ವಾಹಕವಷ್ಟೇ ಎಂಬುದನ್ನು ನೆನಪಿಡಿ.

20

ಸ್ವಗತ Self Affirmation

ಹಣದ ಹರಿವು

ನನ್ನಲ್ಲಿ ಹಣವು ಹೇರಳವಾಗಿ ಹರಿದು ಬರುತ್ತದೆ, ನಾನು ಹಣವನ್ನು ಪ್ರೀತಿಸುತ್ತೇನೆ. ನಾನು ಹಣವನ್ನು ಬಯಸುತ್ತೇನೆ, ನಾನು ಹಣವನ್ನು ಗೌರವಿಸುತ್ತೇನೆ, ನಾನು ಹಣವನ್ನು ಪ್ರೀತಿಯಿಂದ ಸಲಹುತ್ತೇನೆ ನಾನು ಹಣವನ್ನು ಜಾಣತನದಿಂದ ಉಪಯೋಗಿಸುತ್ತೇನೆ. ಅದನ್ನು ಸಂತಸದಿಂದ ಖರ್ಚು ಮಾಡುತ್ತೇನೆ ಹಣವು ಮತ್ತೆ ದ್ವಿಗುಣವಾಗಿ ನನ್ನ ಬಳಿಯೇ ವಿಸ್ಮಯಕಾರಿಯಾಗಿ ಬರಲಿದೆ ಅದು ಪ್ರಾಮಾಣಿಕವಾದ ಮಾರ್ಗದಿಂದ ಬಂದಿದ್ದು, ಅದರಿಂದ ಒಳ್ಳೆಯದೇ ಆಗಲಿದೆ. ನಾನು ಹಣವನ್ನು ಸದ್ವಿನಿಯೋಗ ಮಾಡುತ್ತೇನೆ ನಾನು ಖಂಡಿತಾ ನನ್ನ ಮನದಲ್ಲಿರುವ ಒಳ್ಳೆಯ ಹಾಗೂ ಅಪರಿಮಿತ ಶ್ರೀಮಂತಿಕೆಗೆ ಕೃತಜ್ಞನಾಗಿದ್ದೇನೆ.

ಹಣದ ಹೂಡಿಕೆ ಮಾಡುವಾಗ

ನನ್ನ ಆರ್ಥಿಕ ವ್ಯವಹಾರಗಳನ್ನೆಲ್ಲಾ ನನ್ನ ಸುಪ್ತ ಮನಸ್ಸೆಂಬ ಅತೀಂದ್ರಿಯ ಶಕ್ತಿ ನಿರ್ವಹಿಸುತ್ತಿದೆ. ಎಂತಹುದೆ ಸಂದರ್ಭದಲ್ಲಿಯೂ ನನ್ನ ಅಭಿವೃದ್ಧಿ ಪಥದಲ್ಲಿಯೇ ಇದ್ದೇನೆ ನನ್ನ ಸುಪ್ತ ಮನಸ್ಸಿಗೆ ನಾನು ಸದಾ ಕೃತಜ್ಞನಾಗಿದ್ದೇನೆ.

ಹಣವನ್ನು ಬರಮಾಡಿಕೊಳ್ಳಲು

ನಾನು ನನ್ನ ಸುಪ್ತ ಮನಸ್ಸಿನ ಅಪಾರ ಸಿರಿ ವೈಭೋಗಗಳಲ್ಲಿ ಒಂದಾಗಿದ್ದೇನೆ ನಾನು ಸುಖ ಸಂತೋಷ, ಐಶ್ವರ್ಯ, ಯಶಸ್ಸು, ಎಲ್ಲವನ್ನು ಪಡೆಯುವ ಹಕ್ಕು ಹೊಂದಿರುತ್ತೇನೆ. ದುಡ್ಡು ನನ್ನಲ್ಲಿ ಸುಲಲಿತವಾಗಿ ನಿರಂತರವಾಗಿ ಸರಳವಾಗಿ ಕೊನೆಯಿಲ್ಲದಂತೆ ಹರಿದು ಬರುತ್ತಿದೆ, ನನ್ನ ಶಕ್ತಿ ಸಾಮರ್ಥದ ನಿಜವಾದ ಅರಿವುನನಗಿದೆ, ನಾನು ನನ್ನೆಲ್ಲಾ ಜಾಣ್ಮೆ ಹಾಗೂ ಪ್ರತಿಬೆಯನ್ನು ಮುಕ್ತವಾಗಿ ಬಯಸುತ್ತಿದ್ದೇನೆ. ಅದಕ್ಕಾಗಿ ಹಣದ ಕೃಪೆ ನನ್ನ ಮೇಲಿದೆ, ನಾನು ನನ್ನ ಸುಪ್ತ ಮನಸ್ಸಿಗೆ, ಆ ದೇವರಿಗೆ ಕೃತಜ್ಞನಾಗಿದ್ದೇನೆ.

ಕೊಂಡುಕೊಳ್ಳಲು

ಸುಪ್ತ ಮನಸ್ಸಿನ ಅತೀಂದ್ರೀಯ ಶಕ್ತಿಯು ತುಂಬಾ ಮಹತ್ತರವಾದುದೆಂದು ನನಗೆ ತಿಳಿದಿದೆ. ಅದು ನನ್ನ ಅವಶ್ಯಕತೆಗಳಿಗೆ ಹಾಗೂ ನನ್ನ ಅಂದುಕೊಂಡ ಬಯಕೆಗಳನ್ನು

ತನ್ನೊಳಗೆ ಚರ್ಚಿಸಿ ಮಂಥಿಸಿ, ನನಗೊಪ್ಪುವ ಅದಕ್ಕೆ ಸರಿಯೆನಸುವ ರೂಪದಲ್ಲಿ ಫಲಿತಾಂಶ ನೀಡುತ್ತದೆ, ನಾನು ಈ .... ಕೊಡುಕೊಳ್ಳುವ ನಿರ್ಧಾರವನ್ನು ಸಂಪೂರ್ಣವಾಗಿ ವಹಿಸಿದ್ದೇನೆ, ನಾನು ನನ್ನ ಸುಪ್ತ ಮನಸ್ಸಿಗೆ ಆಭಾರಿಯಾಗಿದ್ದೇನೆ.

ವಧು / ವರ ಆಯ್ಕೆ

ನಾನು ಈಗ ಒಬ್ಬ ಒಳ್ಳೆಯ ಸಂಗಾತಿಯ ಹುಡುಕಾಟದಲ್ಲಿದ್ದೇನೆ, ಆಕೆ/ತ ನನ್ನನ್ನು ಸಂಪೂರ್ಣವಾಗಿ ಬಯಸುವವಳಾಗಿ/ನಾಗಿರುತ್ತ ಇದೊಂದು ಆಧ್ಯಾತ್ಮಿಕ ಮನೋಸಂಗಮವಾಗಿದ್ದು, ದೈವಿಕವಾಗಿ ಮಧುರ ಪ್ರೀತಿ ಆಕೆಯಲ್ಲಿ ಏರ್ಪಟ್ಟು, ನನ್ನ ಬಯಕೆಗಳನ್ನು ಈಡೇರಿಸುವವಳಗಿರುತ್ತಾಳ್/ನೆ, ನಾನು ಕೂಡ ಅವಳಿಗೆ / ನಿಗೆ ನೆಮ್ಮದಿ ಸಂತೋಷ ಎಲ್ಲವನ್ನು ನೀಡುತ್ತೇನೆ, ಅವನ/ಳ ಜೀವನ ನನ್ನ ಜೀವನದ ಜೊತೆ ಸೇರಲಿದ್ದು, ಅವಳಿಗೆ /ನೆ ಪರಿಪೂರ್ಣತೆ ಹಾಗೂ ಅದ್ಭುತ ಅನುಭವಗಳನ್ನು ನೀಡುತ್ತೆನೆ, ನಾವಿಬ್ಬರೂ ಒಬ್ಬರನ್ನೊಬ್ಬರು ಅರಿತು, ಸಾಮರಸ್ಯದಿಂದ ಜೀವನ ನಡೆಸುತ್ತೇವೆ. ಆಕೆ/ಆತ ಆಧ್ಯಾತ್ಮಿಕ ನಿಷ್ಠೆಯಿಂದ ಕೂಡಿದವಳಾಗಿದ್ದು / ನಾಗಿದ್ದು ನಂಬಿಕಸ್ತ /ನಾಗಿರುತ್ತೇನೆ/ಳೆ, ನನ್ನ ಜೀವನ ಪ್ರತೀ, ನಿಲುವುಗಳನ್ನು ತೆಗೆದುಕೊಳ್ಳಲು ಸದಾಕಾಲ ನನಗಾಗಿರುವ ದೇವರಿಗೆ ನನ್ನ ಸುಪ್ತ ಮನಸ್ಸಿಗೆ ನನ್ನ ಧನ್ಯವಾದಗಳು.

ನಿಮಗೆ ಸಂಬಂಧಿಸಿದ್ದನ್ನು ಪ್ರತಿ ದಿನ ಕನಿಷ್ಠ 10 ಬಾರಿಯಾದರೂ ಶಾಂತರೀತಿಯಲ್ಲಿ ಕುಳಿತು ಮನಸ್ಸು ಮಾಡಬೇಕು

21
ಜೀವನ ಧ್ಯಾನ

- ಆಣೆ ಪ್ರಮಾಣ ಮಾಡಬೇಡಿ, ಅದನ್ನು ನಿಮ್ಮನ್ನೇ ಕಾಡುತ್ತದೆ. ನೀವು ಪ್ರಾಮಾಣಿಕರು ಅಥವಾ ನೀವು ಹೇಳುತ್ತಿರುವುದು ಸತ್ಯ ಎಂದು ನೀವು ಆಣೆ ಪ್ರಮಾಣ ಇಟ್ಟು Prove ಮಾಡುವ ಅವಶ್ಯಕತೆಯಿಲ್ಲ, ನಂಬುವವರು ನಿಮ್ಮನ್ನು ನಂಬಲಿ, ನೀವು ಅವರನ್ನು ನಂಬಿಸಲು ಯಾವುದೇ Instrument ಅಗತ್ಯವಿಲ್ಲ.

- ಸಹಾಯ ಮಾಡಿದವರಿಗೆ ಕೃತಜ್ಞವಾಗಿರಿ.

- ಕನ್ನಡಿ ಮುಂದೆ ನಿಂತು ನಿಮ್ಮ ತಪ್ಪುಗಳನ್ನು ಹೃದಯದ ಮೇಲೆ ಕೈಯಿಟ್ಟು ಒಪ್ಪಿಕೊಂಡುಬಿಡಿ. ನಿಮ್ಮನ್ನು ನೀವು ಕ್ಷಮಿಸಿಕೊಳ್ಳಿ, ತಪ್ಪಿತಸ್ಥ ಮನೋಭಾವ ತಳೆಯಬೇಡಿ, ಇತರರು ತಪ್ಪು ಮಾಡಿದರೆ ಅವರನ್ನು ಕ್ಷಮಿಸಿ, ನಿಮ್ಮ ತಲೆಯಲ್ಲಿ ಯಾರಿಗೂ ಕೆಲಸ ಕೊಡಬೇಡಿ Your Mind Is Not Garbage ದ್ವೇಷ, ಅಸೂಯೆ, ಸಿಟ್ಟು, ಯಾವುದೂ ಬೇಡ.

- ನಿಮ್ಮ ಸಂಪಾದನೆಯ 10% ನಷ್ಟು ಅರ್ಹರಿಗೆ, ಕಡುಬಡತನದಲ್ಲಿರುವವರಿಗೆ, ಅವಶ್ಯವಿರುವವರಿಗೆ ದಾನ ಮಾಡಿ ಕೊಟ್ಟಿದ್ದನ್ನು ಯಾರಿಗೂ ಹೇಳಬೇಡಿ Law of Karma Theory ಪ್ರಕಾರ ನೀವು ಕೊಟ್ಟಿದ್ದು ನಿಮಗೆ 10 ರಷ್ಟು ಬರಲೇಬೇಕು, ನಾವು ವಿಷದ ಬೀಜ ನೆಟ್ಟರೆ ನೂರಾರು ವಿಷದ ಹಣ್ಣು ಪಡೆಯುತ್ತೇವೆ. ಮಾವಿನ ಬೀಜ ನೆಟ್ಟರೆ ನೂರಾರು ಮಾವು ಬರುತ್ತದೆ.

- ಮೊಳಕೆ ಬರಿಸಿದ ಕಾಳುಗಳು ಹೆಚ್ಚಾಗಿ ಪ್ರೋಟೀನ್ ಹೊಂದಿರುತ್ತವೆ, ಹಾಗಾಗಿ ಮಾಮೂಲಿ ಕಾಳುಗಳಿಗಿಂತ ಮೊಳಕೆ ಬರಿಸಿದ ಕಾಳುಗಳನ್ನು ಹೆಚ್ಚು ಉಪಯೋಗಿಸಿ.

- ನಿಮ್ಮ ಆತ್ಮದ ಜೊತೆ ಯಾವಾಗಲೂ ಮಾತನಾಡುತ್ತಿರಿ, ಈ ದೇಹ ನಿನ್ನ ಮನೆ, ನೀನು ಪರಿಶುದ್ಧ, ಇಲ್ಲಿ ಯಾವುದೇ ಅನ್ಯ ಕೆಟ್ಟ ಶಕ್ತಿಗಳನ್ನು ಒಳಗೆ ಬಿಡಬೇಡಿ ಎಂದು ಸದಾ ಹೇಳುತ್ತಿರಿ.

- ನಿಮ್ಮ ಸಮಸ್ಯೆಗಳನ್ನು ಪಟ್ಟಿ ಮಾಡಿ ಒಂದೊಂದನ್ನೇ ಬಗೆಹರಿಸಿಕೊಳ್ಳಲು ಪ್ರಯತ್ನಿಸಿ.

- ಪ್ರತಿದಿನ ರಕ್ಷಾಕವಚ ಹಾಕಿಯೇ ಮನೆಯಿಂದ ಆಚೆ ಹೋಗಿ.

- ಮನೆಯ ಸಾಧ್ಯವಾದಷ್ಟು ಮೂಲೆಗಳಲ್ಲಿ ಉಪ್ಪು ಇಡಿ. ಇಡುವಾಗ ಅದಕ್ಕೆ ಹೀಗೆ ಪ್ರಾರ್ಥಿಸಿ, ನೀನು ಎಲ್ಲಾ Negative Energy ಯನ್ನು ನಾಶಮಾಡಿ ಹೀರಿಕೊ ಎನ್ನಿರಿ.

- ನಿಮ್ಮ ಮನೆ ನೆಲ ಒರೆಸುವಾಗ **ಒಂದು ಹಿಡಿ ಉಪ್ಪ**ನ್ನು ನೀರಿಗೆ ಹಾಕಿ ಒರೆಸಿ.

- ನೀವು ಇಷ್ಟ ಪಡುವುದನ್ನೆಲ್ಲಾ ನೆರವೇರಿಸಿಕೊಳ್ಳಲು ಸಾಧ್ಯ, ನಿಮ್ಮ ಸಣ್ಣ-ಪುಟ್ಟ ಆಸೆಗಳ ಕತ್ತು ಹಿಸುಕಬೇಡಿ.

- ಸಣ್ಣ ಪುಟ್ಟವರ ಹತ್ತಿರ ಚೌಕಾಸಿ ಮಾಡಬೇಡಿ, ಅದನ್ನು Poverty Consciousness ಎನ್ನುತೇವೆ, ಅಂದರೆ ಎಲ್ಲವೂ ಇದ್ದರೂ ಏನೂ ಇಲ್ಲ ಎಂದುಕೊಳ್ಳುವುದು.

- **Super Brine Yoga** ಪ್ರತಿದಿನ ಅಭ್ಯಾಸ ಮಾಡಿ

- **ನಿತ್ಯವು ಬಿಳಿ ಬೆಳಕಿನ** ಧ್ಯಾನ ಮಾಡಿರಿ.

- ಸಮಸ್ಯೆಗೆ ಸಿಲುಕಿದಾಗ / ಯಾವುದನ್ನು ಆಯ್ದುಕೊಳ್ಳಬೇಕೆಂದು ತಿಳಿಯದಿದ್ದಾಗ ಅನಾಮಿಕ Technique ಅನ್ನು ಉಪಯೋಗಿಸಿ.

- **Rubber Band Technique** ಅನ್ನು ಆಗಾಗ್ಗೆ ಮಾಡುತ್ತಿರಿ.

- ನಿಮ್ಮ ಹಿಂದಿನ ಜನ್ಮಗಳನ್ನು ಹೀಲ್ ಮಾಡಿಕೊಂಡು ಕರ್ಮಗಳನ್ನು Naturalize ಮಾಡಿರಿ.

- ಸಂತೋಷಮಯ ಕ್ಷಣಗಳನ್ನು ಹಾಳು ಮಾಡಿಕೊಳ್ಳಬೇಡಿ, ಸಂತೋಷವನ್ನು ನಾಳೆ ಅನುಭವಿಸುತ್ತೇನೆಂದರೆ ಆ ನಾಳೆ ಎಂದೂ ಬರುವುದಿಲ್ಲ, ಹಾಗಾಗಿ ಪ್ರತಿಕ್ಷಣವನ್ನು ಅರಿವಿಂದ ಬದುಕಿ ಸಂತೋಷವಾಗಿರುವುದನ್ನು ಅಭ್ಯಾಸ ಮಾಡಿಕೊಳ್ಳಿ.

- ಸದಾ ನಿಮ್ಮಲ್ಲಿ ಏನಿಲ್ಲವೋ ಅದರ ಬಗ್ಗೆ ಹೆಚ್ಚು ಗಮನ ಕೊಡುವುದಕ್ಕಿಂತ ನಿಮ್ಮಲ್ಲಿರುವುದನ್ನು ಅನುಭವಿಸಿ, ನಿಮ್ಮಲ್ಲಿ ಏನಿಲ್ಲವೋ ಅದು ಗುರಿಯಾಗಬೇಕೇ ಹೊರತು ದುಃಖಿವಾಗಬಾರದು.

- ಜೋತಿಷ್ಯ ಶಾಸ್ತ್ರವು ಸಹ ಒಂದು ವಿಜ್ಞಾನ, ಅದರಲ್ಲಿ ನಂಬಿಕೆ ಇಡಿ, ಆದರೆ ಅದನ್ನೇ ಜೀವನ ಮಾಡಿಕೊಳ್ಳುವುದು ಅವಶ್ಯವಿಲ್ಲ ಎನಿಸುತ್ತದೆ. ಹಸ್ತರೇಖೆಯಲ್ಲಿ ಇದ್ದರೆ ಮಾತ್ರ ಜೀವನ ಚೆನ್ನಾಗಿದ್ದರೆ ಕೈಗಳೇ ಇಲ್ಲದವರು ಹೀಗೆ ಜೀವನ ಮಾಡಬೇಕು.?

- ಪ್ರತಿದಿನ ನಿದಿಧ್ಯಾನವನ್ನು ಅಭ್ಯಾಸಮಾಡಿ.

- ಊಟ ಮಾಡುವಾಗ 30 ಸೆಕೆಂಡ್ ಆದರೂ ಪ್ರಾರ್ಥಿಸಿ ಎಷ್ಟೋ ಜನಕ್ಕೆ ನಾವು ದಿನನಿತ್ಯ ಮಾಡುವ ಊಟ ಕನಸಾಗಿದೆ, ನಮಗೆ ದೇವರು ಅದನ್ನು ತೃಪ್ತಿಯಾಗುವಷ್ಟು ನೀಡಿದ್ದಾನೆ, ಆ ಅನ್ನ ಬ್ರಹ್ಮನಿಗೆ, ದೇವರಿಗೆ ಸ್ವಲ್ಪ ಕಾಲ ನಮಿಸಿ, ಮತ್ತೆ ಊಟ ಮಾಡಿರಿ. ಸದಾ ಕೃತಜ್ಞರಾಗಿರಿ.

- ನಿಮ್ಮಲ್ಲಿರುವ ಎಷ್ಟೋ ಸೌಲಭ್ಯಗಳು, Basic Comforts ಗಳು ತುಂಬಾ ಜನರ ಕನಸು, ನಿಮಗೆ ಏನೆಲ್ಲಾ ಇದೆಯೋ ಅದಕ್ಕೆಲ್ಲಾ 2 ದಿನಕ್ಕೊಮ್ಮೆಯಾದರೂ ದೇವರಿಗೆ ಅದನ್ನು ನೀಡಿದ್ದಕ್ಕೆ ಕೃತಜ್ಞತೆ ಸಲ್ಲಿಸಿ.

- ಅವಶ್ಯಕತೆ ಇಲ್ಲದೇ ಸಾಲ ಮಾಡಬೇಡಿ, Credit Card ಉಪಯೋಗಿಸುತ್ತಿದ್ದರೆ ಆಗಿಂದಾಗ್ಗೆ ಹಣ ಕಟ್ಟಿಬಿಡಿ.
- Live simply, move humbly, love genuinely.
- ನಿಮ್ಮ ಜೀವನವನ್ನು ಇತರರ ಜೀವನದೊಂದಿಗೆ ಹೋಲಿಕೆ ಮಾಡಿಕೊಳ್ಳಬೇಡಿ, ಅವರವರ ಆತ್ಮಕಥನಗಳು ಬೇರೆ, ನಡೆದಿರುವ ದಾರಿಗಳು ಬೇರೆ.
- ನಿಮ್ಮ ಜೀವನದಲ್ಲಿ ಬರುವ ಪ್ರತಿಯೊಂದು ಕಷ್ಟವನ್ನು ನಿಮ್ಮ ಶಿಕ್ಷಕ ಎಂದೂ ತಿಳಿಯಿರಿ, ಅದು ಕಲಿಸಿದ ಪಾಠಗಳನ್ನು ಡೈರಿಯಲ್ಲಿ ಬರೆಯುತ್ತಾ ಹೋಗಿ, ಒಂದು ವರ್ಷದಲ್ಲಿ ಪುನಃ ಕಲಿತ ಪಾಠಗಳನ್ನು ತಿರುವಿ ನೋಡಿ. ಜೀವನ ಸುಧಾರಿಸುವುದು ನಿಮಗೆ ಅರಿವಾಗುತ್ತದೆ.

22
ರಹಸ್ಯ ಚಿಹ್ನೆಗಳು

ರೇಕಿ ದೀಕ್ಷೆಯ ನಂತರ ಈ ಚಿಹ್ನೆಗಳು ಬಹಳ ಚನ್ನಾಗಿ ಕೆಲಸ ಮಾಡುತ್ತವೆ. ಈ ಚಿಹ್ನೆಗಳಿಗೆ ಮಹತ್ವವನ್ನು ನೀಡಿ ಗೌರವದಿಂದ ಕಾಣಿರಿ.

ಈ ಚಿಹ್ನೆಗಳ ಅಭ್ಯಾಸದ ನಂತರ ಇವುಗಳನ್ನು ಸುತ್ತು ಹಾಕಿ ಒಳ್ಳೆಯ ಗಿಡಗಳಿಗೆ ನೀರಿನೊಂದಿಗೆ ಬೆರೆಸಿ ಹಾಕಿ

ನಿಮಗೆ ಶುಭವಾಗಲಿ

ರಹಸ್ಯ ಚಿಹ್ನೆಗಳು 1

ರೇಖಿ 1 & 2

Cho-Ku-Rei

ಚೊ-ಕೊ-ರೇ

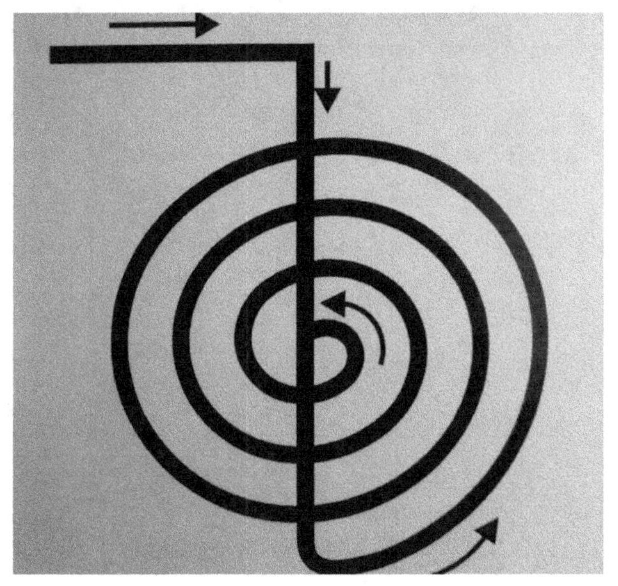

Cho- ku - Rei

ರಹಸ್ಯ ಚಿಹ್ನೆಗಳು 2

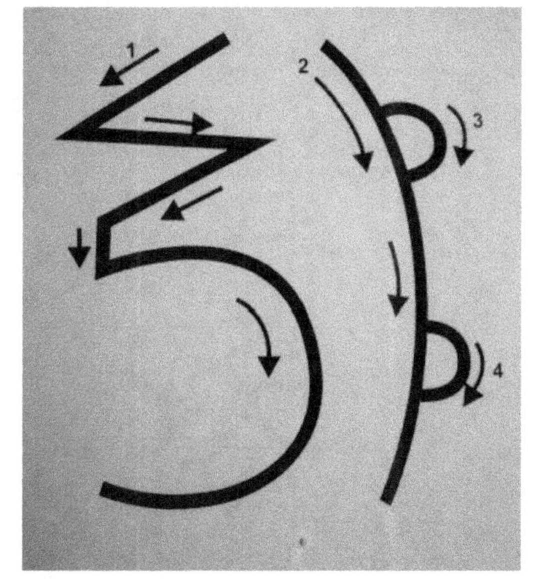

Sai-Hai-Ki

ಸೆ-ಹೇ-ಕೀ

Sei-hai-Ki

ರಹಸ್ಯ ಚಿಹ್ನೆಗಳು 3

Han-Sha-Ze-Sho-Nen

ಹಾನ್-ಷಾ-ಜೆ-ಷೋ-ನೆನ್

Han-Sha-Ze-Sho-Nen

ರಹಸ್ಯ ಚಿಹ್ನೆಗಳು 4

Dai-Koo-Myo

ಡೈ-ಕೊ-ಮಯೋ

Dai - Koo- Myo

23
Our Moments Of Pride

Our Previous Class Moments

Our Classes

People enjoyment

How we celebrate

Meditation and Laughing at class

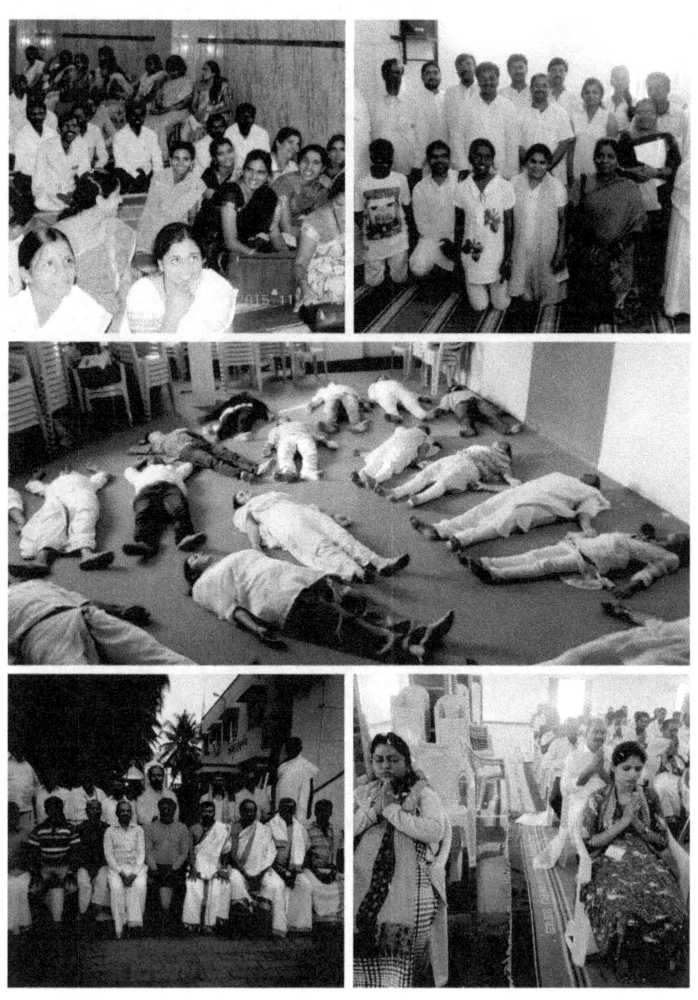

Eye opener moment for many

Certificate and memories

Certified and healer

ಮುಕ್ತಾಯ

ನೀವೀಗಾಗಲೇ ಬಹಳಷ್ಟು ವಿಷಯಗಳನ್ನು ತಿಳಿದುಕೊಂಡಿದ್ದೀರಿ. ರೇಖಿಯ ಚಿಕಿತ್ಸಾ ವಿಧಾನ ಕಾರ್ಯ ವೈಖರಿಯ ಬಗ್ಗೆ ಬಹಳಷ್ಟು ಗೊತ್ತಾಗಿದೆ ರೇಖಿಯಲ್ಲಿ 4 ಭಾಗಗಳಿದ್ದು ಅವಶ್ಯವಾಗಿ 3 ಭಾಗಗಳನ್ನು ಕಲಿಯುವುದು ಸಾಕು 4ನೇ ಭಾಗವು ಬೋಧಕ ತರಬೇತಿಗೆ ಸಂಬಂಧಿಸಿದ್ದಾಗಿದೆ ಇದು ತುಂಬಾ ಪರಿಣಾಮಕಾರಿಯಾಗಿದೆ. ಇದನ್ನು ಕಲಿಯಬೇಕೆಂಬ ನಿಯಮವಿಲ್ಲ. ಆದರೆ ರೇಖಿ 1,2,3,ನ್ನ ಕಲಿಯಬೇಕು, ಇದೇ ವೈದ್ಯಕೀಯ ಕ್ಷೇತ್ರ ಮನುಷ್ಯ, ಸ್ನೇಹಿತರು ಎಂದೆಲ್ಲಾ ಕರೆಯುತ್ತಾರೆ, ಇದು ದೇಹದ ಸುತ್ತಲೂ ಒಂದು ಕೋಳಿ ಮೊಟ್ಟೆ ಆಕಾರದಲ್ಲಿರುತ್ತದೆ. ಇದನ್ನು ಬರಿಕಣ್ಣಿನಿಂದ ನೋಡಲು ಸಾಧ್ಯವಾಗದಿದ್ದರೂ ಅದನ್ನು ಕಿರ್ಲಿಯಾನ್ ಫೋಟೋಗ್ರಫಿ ಎಂಬ ಕ್ಯಾಮರಾದಿಂದ ಈಗ ಸೆರೆಹಿಡಿಯಬಹುದು, ಈ ಶಕ್ತಿ ವಲಯವು 7 ಸೂಕ್ಷ್ಮ ಶರೀರಗಳನ್ನು ಒಳಗೊಂಡಿದ್ದು ಒಂದೊಂದು ಚಕ್ರಕ್ಕೆ ಸಂಬಂಧವಿರುವ ಶರೀರಗಳಾಗಿವೆ.

ಧನ್ಯವಾದಗಳು

Savikalpa Holistic Center, Mysore
The Institute for drug less therapy and energy healing
www.savikalpaholisticcenter.com
Email- savikalpaholisticcenter@gmail.com
Phone; 6364795551 / 9538735551

Youtube-

- savikalpa holistic center
- Ramya suresh Shaiva
- Suresh Shaiva

Heartful Gratitude

www.ingramcontent.com/pod-product-compliance
Lightning Source LLC
Chambersburg PA
CBHW071343130726
47996CB00002B/815